சுகுமாரன் கவிதைகள்
(1974 – 2019)

### சுகுமாரனின் பிற கவிதை நூல்கள்

- கோடைகாலக் குறிப்புகள் (1985)
- பயணியின் சங்கீதங்கள் (1991)
- சிலைகளின் காலம் (2000)
- வாழ்நிலம் (2002)
- பூமியை வாசிக்கும் சிறுமி (2007)
- நீருக்குக் கதவுகள் இல்லை (2011)
- செவ்வாய்க்கு மறுநாள் ஆனால் புதன்கிழமை அல்ல (2019)
- இன்னொருமுறை சந்திக்க வரும்போது (2022)

# சுகுமாரன் கவிதைகள்
[1974 – 2019]

**சுகுமாரன்** (பி. 1957)

கோவையில் பிறந்தவர். அச்சிதழ், தொலைக்காட்சி, நூல் வெளியீட்டுத் துறைகளில் பணியாற்றியவர். கவிஞர், கட்டுரையாளர், நாவலாசிரியர், மொழிபெயர்ப்பாளர். காலச்சுவடு இதழின் பொறுப்பாசிரியர். கனடா தமிழ் இலக்கியத் தோட்டம், கோவை கொடீசியா அமைப்பு ஆகியவற்றின் வாழ்நாள் சாதனையாளருக்கான இயல் விருது, புத்தகத் திருவிழா விருதுகளை 2016, 2023ஆம் ஆண்டுகளில் பெற்றார்.

தொடர்புக்கு: nsukumaran@gmail.com

அன்பார்ந்த வாசகருக்கு,

வணக்கம்.

காலச்சுவடு நூலை வாங்கியமைக்கு நன்றி.

நூலின் உள்ளடக்கம், உருவாக்கம், அட்டைப்படம் இன்ன பிற அம்சங்கள் பற்றிய உங்கள் கருத்துகளையும் ஆலோசனைகளையும் காலச்சுவடு வரவேற்கிறது. தகவல், எழுத்து, வாக்கியப் பிழைகள் தென்பட்டால் அவசியம் தெரிவித்து உதவுங்கள். நூல் தயாரிப்பில் கடும் குறைபாடு இருப்பின் மாற்றுப் பிரதி உங்களுக்குக் கிடைக்கக் காலச்சுவடு ஏற்பாடு செய்யும்.

மின்னஞ்சல்: **publisher@kalachuvadu.com**

காலச்சுவடு நாகர்கோவில் அலுவலகத்திற்குக் கடிதம் அனுப்பலாம்.

தங்கள்
எஸ்.ஆர். சுந்தரம் (கண்ணன்)
பதிப்பாளர் — நிர்வாக இயக்குநர்

---

Unauthorised use of the contents of this published book, whether in e-book or hardcopy format, for any type of Artificial Intelligence (AI) training — including but not limited to Machine Learning, Deep Learning, Natural Language Processing, Computer Vision, Chatbot Training, Image Recognition Systems, Recommendation Engines, and Language Models — is strictly prohibited without prior licensing from the publisher. Any such unauthorised use may result in legal action.

# சுகுமாரன் கவிதைகள்

காலச்சுவடு பதிப்பகம்

சுகுமாரன் கவிதைகள் (1974 – 2019) ♦ கவிதைகள் ♦ © N. சுகுமாரன் ♦ முதல் பதிப்பு: ஜனவரி 2020, ஐந்தாம் பதிப்பு: ஆகஸ்ட் 2025 ♦ வெளியீடு: காலச்சுவடு பப்ளிகேஷன்ஸ் (பி) லிட்., 669, கே.பி. சாலை, நாகர்கோவில் 629001

**cukumaaran kavitaikaL** (1974-2019) ♦ Poems ♦ © N. Sukumaran ♦ Language: Tamil ♦ First Edition: January 2020, Fifth Edition: August 2025 ♦ Size: Demy 1 x 8 ♦ Paper: 18.6 kg maplitho ♦ Pages: 336

Published by Kalachuvadu Publications Pvt. Ltd., 669, K.P. Road, Nagercoil 629001, India ♦ Phone: 91-4652-278525 ♦ e-mail: publications @kalachuvadu.com ♦ Printed at Clicto Print, Jaleel Towers, 42 KB Dasan Road, Teynampet Chennai 600018

ISBN: 978-93-89820-20-1

08/2025/S.No. 955, kcp 5916, 18.6 (5) uss

தெளிவுறவே அறிந்திடுதல்; தெளிவுதர மொழிந்திடுதல்; சிந்திப்பார்க்கே
களிவளர உள்ளத்தில் ஆநந்தக் கனவுபல காட்டல், கண்ணீர்த்
துளிவர உள்உருக்குதல், இங்கு இவைஎல்லாம் நீ அருளும் தொழில்கள் அன்றோ ?
ஒளிவளரும் தமிழ்வாணீ! அடியனேற்கு இவை அனைத்தும் உதவுவாயே.

– மகாகவி பாரதியார்

# பொருளடக்கம்

| | |
|---|---|
| *தன்மொழி* | 17 |
| *முன்னுரை: ஐயத்துக்கும் பரவசத்துக்கும் இடையில்* | 21 |

**கோடைகாலக் குறிப்புகள் 1985**

| | |
|---|---|
| வளர்ப்பு மிருகம் | 33 |
| நிகழ் | 35 |
| துக்கம் | 36 |
| நட்பறுத்த காதுகள் | 37 |
| கண் : சில குறிப்புகள் | 38 |
| இசை தரும் படிமங்கள் | 40 |
| சாகத் தவறிய மறுநாள் | 42 |
| சுவர்கள் | 43 |
| மலைநகரத்தில் நாள் | 44 |
| பின்மனம் | 45 |
| அப்போது புத்தகங்கள் | 46 |
| இன்னும் எலும்புகள் | 47 |
| வெளியில் ஒருவன் | 48 |
| இறந்த எனது கடவுள் | 50 |
| இங்கே இருக்கிறேன் | 52 |
| உதகமண்டலம் | 53 |
| காலி அறை | 54 |

| | |
|---|---:|
| கோடை காலக்குறிப்புகள் | 55 |
| 6 ஜூலை 1984 | 60 |
| கையில் அள்ளிய நீர் | 61 |
| கனவுக் கவிதை | 62 |

## பயணியின் சங்கீதங்கள் 1991

| | |
|---|---:|
| பெயர்களின் கவிதை | 65 |
| இந்த நூற்றாண்டு: மூன்று காட்சிகள் | 67 |
| உன் பெயர் | 70 |
| தனிமை இரக்கம் | 71 |
| முதற் பெண்ணுக்குச் சில வரிகள் | 72 |
| அர்ப்பணம் | 74 |
| பயணியின் சங்கீதங்கள் | 75 |
| கண்கள் | 77 |
| திரும்ப வந்தவர்கள் | 78 |
| அவரவர் வீடு | 80 |
| கடைசிக் கவிதையின் முதல் வரி | 81 |
| முடிச்சு | 82 |
| யுக தர்மம் | 84 |
| கடலின் கண்கள் | 85 |

## சிலைகளின் காலம் 2000

| | |
|---|---:|
| சிலைகளின் காலம் | 89 |
| தவறு | 91 |
| கண்ணாடிக்கு அப்பால் | 92 |
| பொய்ச் சிறப்பு | 94 |
| கபாலீசுவரம் | 96 |
| யுத்த காண்டம் | 100 |
| தொலைந்துபோன உலகம் | 102 |
| பாட்டி மணம் | 105 |

| | |
|---|---|
| நீரின்றி அமையாது | 108 |
| பூனை | 109 |
| வெளிச்சம் | 111 |
| என்பதால் மழை | 112 |
| கனிவு | 113 |
| துக்க வெள்ளி | 114 |
| தவளை மொழி | 116 |
| முத்தம் பற்றி இரு விவாதங்கள் | 118 |
| கடல் | 121 |
| திருத்தம் | 123 |
| நதியின் பெயர் பூர்ணா | 125 |
| துணையறிதல் | 127 |
| உயிரின் ஆகாயம் | 128 |
| கடல் மனம் | 129 |
| பிறகு | 130 |
| அவன் எழுதும்போது... | 131 |
| இரண்டு சிறகுகள் | 133 |
| ஊர் துறத்தல் | 134 |

## வாழ்நிலம் 2002

| | |
|---|---|
| குற்றம் பார்க்கில்... | 139 |
| நதி காற்று நாம் | 140 |
| ஸ்தனதாயினி | 141 |
| காத்திருத்தல் | 142 |
| சாத்தியங்கள் | 143 |
| அறை வனம் | 144 |
| எட்டுக்காலியும் நானும் | 145 |
| நிழற்பகை | 146 |
| இறந்தவர்களும் இருப்பவர்களும் | 148 |

| | |
|---|---|
| கன்யாகுமரி | 149 |
| தீர்ப்பு | 150 |
| பையாம்பலம் | 151 |
| வாழ்நிலம் | 153 |
| அன்றிரவு | 154 |
| போதும் | 157 |
| நிலமெனும்... | 158 |
| நமக்கு இடையில்... | 159 |
| சமத்துவம் | 160 |
| அறியாத மிச்சம் | 161 |
| நதிக்காட்சி | 162 |
| வென்றிலன் என்றபோதும்... | 163 |
| சொல்லுக சொல்லில்... | 166 |

**பூமியை வாசிக்கும் சிறுமி 2007**

| | |
|---|---|
| சொல்கிறார் கபீர் | 169 |
| திருடன் வந்த வீடு | 171 |
| மழை நாள் | 173 |
| சவ சல்லாபம் | 175 |
| மூன்றாம் பக்கம் | 176 |
| பூமியை வாசிக்கும் சிறுமி | 177 |
| மின்மினி இரவு | 178 |
| மாம்பழக் காலம் | 179 |
| நடுப்பகல் மௌனம் | 180 |
| ஒற்றை நெல் வயல் | 181 |
| இருந்துகொண்டே இருப்பவர்கள் | 182 |
| குரு | 183 |
| முதலாவது வார்த்தை | 185 |
| அன்பின் வெகுமானமாக | 186 |

| | |
|---|---|
| அற்றைத் திங்கள் | 187 |
| கர்த்தரிடம் நோவா செய்துகொண்ட விண்ணப்பம் | 188 |
| சான்றுகள் | 190 |
| நிலை | 191 |
| பரோல் | 192 |
| ஒரு ஜோடிக் காலணிகள் | 194 |
| மிச்சம் | 195 |
| இடவழுவமைதி | 196 |
| வழக்கத்தைவிட | 197 |
| துலாபாரம் | 198 |
| வாசிப்பு | 199 |

## நீருக்குக் கதவுகள் இல்லை 2011

| | |
|---|---|
| மழையில் திளைக்கும் பெருநிலம் | 203 |
| பலிக் கோழை | 204 |
| நதியின் நீளம் | 206 |
| காலயந்திரம் | 208 |
| சிந்துபாத்தின் கடற்பயணம் | 209 |
| கடவுளின் எண் | 210 |
| வனவாசி | 212 |
| நதிப் பேச்சு | 214 |
| ஆணொரு பாகினி | 215 |
| சிட்டுக்குருவியைப் போலே... | 217 |
| அதற்குள்... | 218 |
| வாணியின் வீடு | 219 |
| காமம் செப்புதல் | 220 |
| பிரார்த்தனை | 221 |
| என்ன வேண்டும் உங்களுக்கு? | 222 |
| எப்போது? | 223 |

| | |
|---|---|
| மானஸி நந்தன்: ஓர் உரையாடல் | 224 |
| வாசவத்தை தற்கொலை செய்த இடம் | 226 |
| சொற்குற்றம் | 229 |
| ஆப்பிள் | 230 |
| உடன்படுக்கை விதிகள் | 231 |
| காணாமற்போன நாள் | 232 |
| கரிஷ்மாவும் கார்த்திகாவும் சில கவிதைகளும் | 234 |
| வரலாற்று முக்கியத்துவமுள்ள ஒரு சந்திப்பு | 237 |
| நீராலானவள் | 239 |
| நந்தனிடம் மானஸி சொன்ன புகார் | 240 |
| சொற் குடை | 241 |
| உறங்கும் வீடுகள் | 242 |
| பெருமழையில் வாகனம் ஓட்டும்போது | 244 |
| பேபி ஸார் | 245 |
| பேபி சாருக்குப் பூனைகளால் நேர்ந்த தர்ம சங்கடம் | 248 |
| சொல்லுதல் யார்க்கும்... | 251 |
| பால்யகால சகிகள் | 252 |
| சுவர்க்கோழிகள் | 254 |
| வம்சபுராணம் | 256 |
| ஆப்பிள் தருணங்கள் | 258 |
| பெருந்தகையே, உமது ஆக்ஞை! | 260 |
| கைவசமிருந்த முகவரி | 262 |
| புத்தகங்களின் கூட்டறிக்கை | 263 |
| மெய்வருத்தம் | 265 |
| பசியின் வாசனை | 266 |

## செவ்வாய்க்கு மறுநாள் ஆனால் புதன்கிழமை அல்ல 2019

| | |
|---|---|
| கவிதை | 271 |
| ஆயுள் கணம் | 272 |

| | |
|---|---|
| நடை | 273 |
| மஞ்சள் நிற டாலியா | 274 |
| ஒரு சொல் இருந்தால்... | 275 |
| களிறு எறிந்து பெயர்தல் | 276 |
| நமக்காகவா காத்திருக்கின்றன? | 277 |
| யாவுள பெருவலி | 278 |
| நான் பறக்கும் மீன் | 280 |
| உலகின் உருவம் | 281 |
| ஆழல் | 282 |
| வாழ்க நீ | 284 |
| ஈரம் | 286 |
| தீதும் நன்றும் | 287 |
| விசும்பின் துளி | 288 |
| நாளையின் பாடல்கள் | 289 |
| வெறுப்பின் உச்சத்திலிருக்கிறேன் | 290 |
| கடலினும் பெரிது | 292 |
| பதில் வேண்டாக் கேள்விகள் | 293 |
| செவ்வாய்க்கு மறுநாள், ஆனால் புதன்கிழமை அல்ல | 294 |
| காதல் கவிதை | 296 |
| எனினும் | 297 |
| ஜகன்மோகினி | 298 |
| எப்போதும் கடல் | 299 |
| தனுவச்சபுரம் இரண்டாவது (மாற்றப்பட்ட) பதிப்பு | 300 |
| கானமூர்த்தி | 302 |
| நிற்றல் | 303 |
| புலி ஆட்டம் | 304 |
| கலவி நுணுக்கம் | 306 |

| | |
|---|---:|
| சரிதம் | 307 |
| பழைய கோட்டை | 308 |
| தீராக் கடன் | 310 |
| என்றார் பார்க் | 311 |
| கணக்குத் தீர்த்தல் | 312 |
| ஆன்ம விசாரம் | 314 |
| என்ன தடை | 315 |
| திரௌபதி | 316 |
| கேள்விகள் | 317 |
| ஓட்டாஞ்சில்லு | 318 |
| தேவிமகாத்மியம் | 319 |
| நீலாம்பிகையின் இரவுப் பயம் | 320 |
| யோசனை, ஒருவேளை... | 322 |
| நிலைமயக்கம் | 323 |
| வான்கோவின் தூரிகைப் பலகை | 324 |
| எனவே நானும் | 325 |
| (மக்தலேனா) மரியாளின் சுவிசேஷம் | 326 |

## தொகுப்புகளில் இடம்பெறாதவை

| | |
|---|---:|
| நாள் | 331 |
| இளைப்பாறுதல் | 332 |
| நியதி | 333 |
| இரண்டாம் பதிப்பில்லை | 334 |
| நடை – 2 | 335 |
| சாவா மருந்தை | 336 |

# தன்மொழி

நாற்பத்தைந்து ஆண்டுகளில் நான் எழுதிய கவிதைகளின் ஆகத் தொகை இந்த நூல். முதற் பகுதியில் இடம் பெற்றிருக்கும் 'துக்கம்', இறுதிப் பகுதியில் சேர்க்கப் பட்டிருக்கும் 'நாள்' ஆகிய இரு கவிதைகளும் 1974ஆம் ஆண்டு 'கண்ணதாசன்' மாத இதழில் வெளிவந்தன. இவற்றையே எனக்கான கவிதை வடிவத்தின் தொடக்கமாகக் கருதினேன். இந்தக் கவிவடிவத்தை அடைவதற்கு முன்பாக 'யாத்த' செய்யுள்கள் (அவற்றின் எண்ணிக்கை இந்தத் தொகை நூலிலுள்ளவற்றைக் காட்டிலும் இரண்டரை மடங்கு) பள்ளி ஆண்டு மலரிலும் உள்ளூர் இதழ்களிலும் கல்லூரி மலர்களிலும் அச்சேறின. சில செய்யுள்கள் போராட்ட ஊர்வலங்களில் முழங்கின. சில, சுவரொட்டிகளில் அறைகூவல் விடுத்தன. ஓரிரு சங்கதிகள் வகுப்பு ஆசிரியர் ஜேம்ஸ் தேவதாசின் இசையமைப்பில் பள்ளி இசைக்குழுவில் பாடப்பட்டன. அவையெல்லாம் கவிதைகள் அல்ல; செய்யுள்கள். கவிதை என்பது அனுபவம் சார்ந்தது; மனதின் சுதந்திரத்தை வெளிக்காட்டுவது; எதையும் புதிதாகப் பார்ப்பது; புதியதைப் படைப்பது என்ற ஞானம் பிறந்த பின்னர் அவை மிகுந்த கூச்சத்தை அளித்தன. எனவே அவற்றைக் கைவிட்டேன்.

'இதுதான் என் கவிதை' என்று தெளிவுற அறிந்தும் தெளிவுதர மொழிந்தும் நான்கு பதிற்றாண்டுகளாக எழுதியவையே தொகுப்பில் இருப்பவை. 'இவை

17

கவிதைகளா?' என்று என்னிடமிருந்தே எழும் கேள்விக்கு 'தெரியாது; ஆனால் என் கவிதை இப்படித் தான்' என்ற சமாளிப்பையே பதிலாகச் சொல்லிக்கொண்டிருக்கிறேன். சமாளிப்பின் மறைவில் சர்வ லட்சணங்களும் பொருந்தியது என்று கற்பனை செய்து வைத்திருக்கும் கவிதையைத் தேடிக்கொண்டு மிருக்கிறேன். உயிரின் முழுமை கொண்ட அந்தக் கவிதை நெருங்கும்போது விலகிச் செல்வதாகவும் தொலைவில் இருக்கும்போது கையணைப்புக்குள் ஒடுங்குவதாகவும் ஆட்டம் காட்டிக்கொண்டிருக்கிறது. கைவசமாகிவிடும் என்ற எதிர்பார்ப்பே தொடர்ந்து எழுதவும் காரணமாக அமைகிறது.

இந்தத் தொகுப்பின் முதல் கவிதை என்னுடைய பதினாறாம் வயதில் அச்சேறியது. அன்றுமுதல் இன்றுவரையான கவிவாழ்வில் பல பருவங்கள் கடந்திருக்கின்றன. பருவ மாற்றங்களும் நிகழ்ந்திருக்கின்றன. அவற்றுக்கு ஏற்பக் கவிதை யிலும் கவிதையாக்கம் பற்றிய பார்வையிலும் மாற்றங்கள் ஏற்பட்டிருக்கின்றன. எனினும் ஆதாரமான சில எண்ணங்கள் மாற்றமில்லாமல் நிலைத்திருக்கின்றன. கவிதையை ஒரு மலினப் பண்டமாகக் கருதக்கூடாது. அனுபவத்தில் தைக்காத ஒரு வரியையும் ஏற்கக்கூடாது. புரியாத வகையில் எழுதக்கூடாது. பொய்யான ஒன்றைச் சொல்லக் கூடாது. பகட்டான உணர்வைக் காட்டக்கூடாது. இந்தக் 'கூடாதுகள்' என்னுடைய கவிதையாக்க முறைக்கு உருவாக்கிக் கொண்ட விதிகள். எல்லாவற்றையும் கவிதையாக்க முயலாதே என்ற எச்சரிக்கையையும் உன்னுடைய கவிதையை நீதானே எழுத முடியும் என்ற சுதந்திரத்தையும் அளிப்பவை இந்த விதிகள்தாம். சில சமயம் விதிகளை மீறியிருக்கிறேன். இன்றளவும் மீற முடியாமல் கடைப்பிடிக்கும் இரு கருத்துக்கள் உள்ளன. அவை ஆயிரமாண்டுகளின் தமிழ்க் கவிதை மரபிலிருந்து தொகுத்துக்கொண்டவை. விளங்காத கவிதை தமிழில் இல்லை என்பது முதல் சிந்தனை. தமிழ்க் கவிதை முற்றிலும் இம்மை இயல்பு கொண்டது என்பது இரண்டாவது. இந்தக் கருத்துக்களை ஒருபோதும் கைவிடுவதற்கில்லை.

பதிற்றாண்டுகளின் செயல்பாட்டில் நிறைவும் குறைவும் ஒருங்கே வாய்த்திருக்கின்றன. அசிரத்தையாக எதையும் எழுதிவிடவில்லை என்ற நிறைவும் மிகக் குறைவாகவே எழுதியிருக்கிறோம் என்ற குறையும். ஒவ்வொரு தொகுப்பு வெளிவரும்போதும் இந்த உணர்வுகள் என்னை விடாமல் ஆட்கொள்ளும். இந்த முழுத் தொகுப்பும் அதற்கு விலக்கல்ல. இவ்வளவுதான் எழுத முடிந்ததா என்ற கழிவிரக்கமும் இவ்வளவு எழுத முடிந்திருக்கிறதே என்ற இறுமாப்பும் இனியும் தொடரும் என்றே தோன்றுகிறது.

கவிதையாக்கம் குறித்துக் கொண்டிருந்த கொள்கைகளையும் பிடிவாதங்களையும் கவிதையே காலாவதி ஆக்குவதை உற்சாகத்துடன் பார்த்துக்கொண்டிருக்கிறேன். அதன் விளைவுகள் ஒவ்வொரு பருவத்திலும் இந்தக் கவிதைகளில் செயல்பட்டிருப்பதைக் கவனிக்கிறேன். அவையே கவிதையைக் காலத்துடனும் மொழியுடனும் மானுட இருப்புடனும் பிணைப்பதை அவதானிக்கிறேன். இவை அனைத்தும் என் கவிதைகளை ஏற்கும் சிலர் இருக்கிறார்கள் என்ற உறுதியை வழங்குகின்றன; என்றும் இருப்பார்கள் என்ற நம்பிக்கையை வலுவாக்குகின்றன. இந்த உறுதியையும் நம்பிக்கையையும் தவிர கவிஞன் எதிர்பார்ப்பது வேறு உண்டா?

இதுவரை ஏழு தனித் தொகுப்புகளில் வெளிவந்த கவிதைகள் அனைத்தும் இந்த நூலில் முழுமையாகத் தொகுக்கப்பட்டுள்ளன. அவை வெளியான தொகுப்புகளின் தலைப்பின் அடிப்படையிலேயே தரப்பட்டுள்ளன. தொகுப்புகளில் சேர்க்காமல் விடுபட்ட சில கவிதைகள் தனி இணைப்பாகக் கொடுக்கப்பட்டுள்ளன. ஆக, ஒரு கவிஞனாக என்னுடைய இது நாள்வரையான சேமிப்பு இந்தத் தொகுப்பு.

**கோடைகாலக் குறிப்புகள், பயணியின் சங்கீதங்கள் சிலைகளின் காலம்** ஆகிய தொகுப்புகளை முறையே அம்மாவுக்கும் தங்கை உமாவுக்கும் நண்பர் பார்த்திபனுக்கும் தாமரை ஆறுமுகம் தம்பதியருக்கும் சமர்ப்பித்திருக்கிறேன். 2006 வரை எழுதிய கவிதைகளின் தொகையான **பூமியை வாசிக்கும் சிறுமி**யை மனைவி பிரேமாவுக்கும் **செவ்வாய்க்கு மறுநாள், ஆனால் புதன்கிழமை அல்ல** நூலை தயக்கம் காரணமாக என்னுடைய எந்தப் படைப்பையும் சுந்தர ராமசாமிக்கு சமர்ப்பணம் செய்ய முடியாத குறையை ஈடுகட்ட கமலா ராமசாமிக்கும் அர்ப்பணித்திருக்கிறேன். அந்த உணர்வை இந்தத் தொகுப்பிலும் நிலைநிறுத்துகிறேன். இவர்கள் அனைவருக்கும் தொகுப்பை மீண்டும் சமர்ப்பிக்கிறேன்.

தொகுப்புக்கு நான் கொடுக்க விரும்பிய தலைப்பு இதுவல்ல. தன்னை முன்னிலைப் படுத்தும் தலைப்புக்கு மனம் இசையவில்லை. அதேசமயம் 'சுகுமாரன் கவிதைகள்' என்பதை இனிப்பாகவே உணர்ந்தேன். நண்பர் பெருமாள் முருகன் 'அப்படித் தலைப்பு வைக்க உங்களுக்குத் தகுதி இருக்கிறது' என்று குறிப்பிட்டார். அதுவே தயக்கத்தை விலக்கியது. பேர் ஆசைக்கு வழி விட்டது.

முதல் தொகுப்பான 'கோடைகாலக் குறிப்புக'ளுக்கு பிரம்மராஜன் முன்னுரை எழுதினார். பின்னர் எந்தத் தொகுப்புக்கும்

யாரிடமிருந்தும் முன்னுரை பெறவில்லை. இந்தத் தொகுப்புக்கு கீதா சுகுமாரனிடம் முன்னுரை எழுதக் கேட்டுக்கொண்டேன். இன்றைய தலைமுறையைச் சேர்ந்த கவிஞர் இந்தக் கவிதைகளை எவ்வாறு மதிப்பிடுகிறார் என்று அறிந்துகொள்ளும் ஆவல் மட்டும் காரணம் அல்ல. அவரது பரந்த கவிதை வாசிப்பின் மீதும் மரபுத்தமிழ்ப் புலமை மீதும் எனக்கிருக்கும் மரியாதையே அப்படிக் கேட்கத் தூண்டியது. முன்னுரையில் அவர் குறிப்பிடும் ஒரு பெயர் தியடோர் ராத்கே. 'ஓரளவுக்கு உலகக் கவிஞர்களை வாசித்திருக்கிறேனாக்கும்' என்று தோளுயர்த்தி நின்ற என் செருக்கை, கீதா வாயிலாக முதன்முறையாகக் கேள்விப் பட்ட இந்தக் கவிஞர் வீழ்த்தினார். சரியான நபரிடம்தான் கேட்டிருக்கிறேன் என்ற மகிழ்ச்சியை இது அளித்தது.

கவிதையாக்கத்தின் உயிரியல்புகளில் ஒன்று பாதிப்புகளின் பரிமாற்றம். அதுவே கவிதையைத் தொடர்ச்சியானதாக மரபில் நிறுவுகிறது. பல கவிஞர்களால் நான் பாதிப்புப் பெற்றிருக்கிறேன். என் கவிதைகளாலும் எவராவது பாதிப்புக்கு ஆளாகி இருக்கக்கூடும். தமிழ்க் கவிஞர்கள் பொதுவாக இந்த ரகசியத்தை வெளிப்படுத்துவது இல்லை. தன்னுடைய முதலாவது கவிதைத் தொகுப்பு 'பதுங்குகுழி நாட்க'ளில் பா.அகிலன் ரகசியத் துறப்பைச் செய்திருந்தார். அந்தப் பெருந்தன்மையை விடப் பின் அட்டைக் குறிப்பை எழுதித் தரும்படி அவரைக் கேட்டுக்கொள்ள வேறு காரணம் தேவைப்படவில்லை.

இந்த நண்பர்கள் மூவருக்கும் மிக்க நன்றி.

ஹெமிலா கணினிப்படியைத் தயாரித்தார். சிவராஜ் பாரதி முகப்பை வடிவமைத்தார். செல்வராஜ் ஜெகதீசனும் செந்தூரனும் மெய்ப்புப் பார்த்தனர். களந்தை பீர்முகம்மது மேலாய்வு செய்தார். காலச்சுவடு கண்ணன் என்னுடைய நெடுங்கனவை பலிக்கச் செய்திருக்கிறார். இவர்கள் அனைவருக்கும் மனமார்ந்த நன்றி.

திருவனந்தபுரம் **சுகுமாரன்**
*25 டிசம்பர் 2019*

## முன்னுரை

### ஐயத்துக்கும் பரவசத்துக்கும் இடையில்

> நான் பார்ப்பதற்கும் நான் சொல்வதற்கும்
> இடையில்
> நான் சொல்வதற்கும் நான் சொல்லாமல்
> விடுவதற்கும் இடையில்
> நான் சொல்லாமல் விடுவதற்கும் எனது
> கனவுக்கும் இடையில்
> எனது கனவுக்கும் நான் மறந்தவற்றுக்கும்
> இடையில்: கவிதை
>
> — ஆக்டாவியோ பாஸ்

தொண்ணூறுகளின் முற்பகுதியில்தான் முதன் முதலில் சுகுமாரனின் 'கோடைகாலக் குறிப்புகள்' தொகுப்பை வாசித்தேன். எங்கள் வீட்டருகே இருந்த ஆர்.வி. நூலகத்தில் தொடர்ந்து ஆத்மாநாம், ஞானக்கூத்தன், ஈழக் கவிதைகள், சில்வியா பிளாத், யீட்ஸ், வங்கக் கவிதைகள் இவையெல்லாம் பரிச்சயமான நேரம் அது. இப்பெயர்களை இப்போதும் மனம் ஒன்றாகச் சேர்த்து யோசிப்பதில் இவற்றுள் இருந்த இருண்மையும், சித்திரவதைப்படும் சுயமும், இருப்பியல் சார்ந்த பார்வைகளும், புரட்சியும் என்னை வெகுவாகப் பாதித்தன என்ற நினைவு ஒட்டிக்கொண்டிருக்கிறது.

சுகுமாரனது கவிதைத்தளமும் மொழியும் இந்த இருண்மையைச் சாறுபிழிந்து வெளிப்படுத்திய ஒன்றுதான் என்பதோடு, அந்தச் சமயத்தில் நான் வாசித்திருந்த பிற கவிதைகளிலிருந்து வேறுபட்டு

இருந்தது என்பதையும் இப்போது கூறுவது அவரது கவிதை பற்றிய 250 ஆவது கருத்தாக இருக்க மிகுந்த வாய்ப்புள்ளது. இதையெல்லாம் இப்போது சொல்வதற்குக் காரணம் இருக்கிறது. இத்தனை ஆண்டுகளாக எழுதிவரும் ஒருவரின் முழுக் கவிதைத் திரட்டுக்கு முன்னுரை எழுதுவதை எப்படிச் சாத்தியப்படுத்துவது என்ற குழப்பம்தான் அது. அதனால் சுகுமாரனின் கவிதைகளைப் பிரதிநிலை மேம்பாடு அணுகுமுறையைப் பின்பற்றி, அதாவது கவிதைகளின் போக்கைப் பற்றிச் சில குறிப்புகளை மட்டுமே இங்கு முன்னெடுக்க விரும்புகிறேன்.

சுகுமாரன் கவிதைகளின் உரையாடல் வடிவமே அவரது கவிதைகளில் மொழியின் ஒழுங்கைத் தீர்மானிக்கிறது. உரையாடலானது பழங்காலத்துச் செவ்வியல் மரபுகளில் தனியான, மிகப் பெரிய இலக்கிய வடிவமாகவே கருதப்பட்டது. தத்துவங்கள் பலவும் உரையாடல் வடிவத்தைத் தர்க்கத்திற்கான மிகச்சிறந்த வழிமுறையாகக் கருதின. மேலும், உரையாடல் எனும் சொல் அதன் மூலப்பொருளில் 'தர்க்கத்தைச் சுமப்பது' என்ற அர்த்தத்தையும் உடையது. அதனால் அனைத்து உரையாடல்களும் தமக்கே உரித்தான தர்க்கத்தளம் உடையவை எனக் கூறமுடியும்.

மிக்கேல் பக்தின் 'உரையாடல் சார்ந்த தொடர்புகள் தனிப்பட்ட இயல்புடையவை; அவை முற்றிலும் காரணகாரியம் சார்ந்தோ அல்லது முற்றிலும் மொழியியல்சார்ந்தோ மட்டுமே குறுக்கப்படுவதில்லை. அவை பேசிக்கொண்டிருக்கும் வெவ்வேறு மனிதரின் முழுமையான கூற்றுகளின் இடையே மட்டுமே சாத்தியப்படுகின்றன' என்று கூறுகிறார். சுகுமாரன் கவிதைகளில் இந்த உரையாடல் இரு வகைகளில் இடம்பெறுகிறது. அவற்றில் ஒருவகையானது பெரும்பான்மையாகப் பல்குரல்களில் ஒலிப்பது; அவை கவிக்குரல், வாசிப்பவரின் குரல், கேட்பவரின் அருகாமையிலிருக்கும் குரல், மனதின் குரல் எனப் பலவாறாக வெளிப்படுகின்றன.– கவிதைக்களத்துக்கு இது புதிய கருத்தல்லதான். ஆனால் இவ்வுரையாடல்கள் மிகவும் வெளிப்படையாக சுகுமாரனின் ஏறத்தாழ நாற்பது ஆண்டுக்காலப் படைப்புகளில் குறியீடுகளின் அர்த்தங்கள், ஆற்றுகைச்செயல்கள், வாசகரின் அனுமானம் ஆகிய வினைகளையாற்றித் தொடர்ந்து இயங்கிக் கொண்டிருக்கின்றன. தன்னிலைமொழியாகவும் முன்னிலை மொழியாகவும் விரவி இக்கவிதைகள் தம்மோடு மட்டுமல்லாமல் படைப்பாளியுடனும் வாசிப்பவரோடும் தொடர்பை உருவாக்கிப் பல்கோணங்களையும் பல்பொருளையும் உணர்த்துகின்றன. இதைக் கூறும்போது வாலஸ் ஸ்டீவன்ஸின் "பதின்மூன்று

வகைகளில் ஒரு கறுப்புப் பறவையை நோக்குதல்" என்ற கவிதை நினைவுக்கு வருவதைத் தவிர்க்க இயலவில்லை. வெவ்வேறு நிலைகளில் ஒரே பொருளை அதன் நிலக்காட்சியினூடாக வெவ்வேறு மொழியமைப்புக் கொண்டு எழுதப்பட்டது அக்கவிதை. சுகுமாரனின் பாடுபொருட்களும் உரையாடல்மூலம் பல்லுணர்தலை நிகழ்த்துபவை என்பதற்கு அவருடைய ஏராளமான கவிதைகளை உதாரணமாகக் கூறமுடியும்.

சுயம், வாழ்நிலை மாற்றங்கள் – உறவுகளால் உருவாகும் பிணக்குகள் என்பனவற்றாலும், புறவெளியில் சமூகம், இறை, இயற்கை, அரசுசார்ந்த கோட்பாடுகளாலும் ஒவ்வொரு மனிதரும் பாதிக்கப்படுகிறார்; அவையே அவர்களின் அகவெளியை உருவாக்குகின்றன. அந்த அகவெளி இவ்வாறு உருவான வேறுபட்ட எண்ணங்கள், கோட்பாடுகள், சூழ்நிலைகள் பலவும் எதிரும்புதிருமாக அமர்ந்து மோதல்களில் ஈடுபடும் ஒரு முரண்களமாக மனித மனத்தைக் கட்டமைக்கின்றன. அவ்வாறு தோன்றும் முரண்களும் அவை நிலைகொண்டுள்ள முரண்களமும் சுகுமாரன் கவிதைகளின் உரையாடலாகியுள்ளன.

மற்றொரு வகை உரையாடல் அவரது கவிதைவரிகளில் தொடர்ந்து இயங்கும் அடைப்புக் குறியிட்ட வரிகளும் மேற்கோள் குறியிட்ட வரிகளும் ஆகும்; சிலவேளைகளில் இக்குறிகளின்றியும். அவை ஒரு வரியில் தொக்கி மறைவில் நிற்க, இன்னொரு வரியில் அவை வெளிப்பட்டுத் தூலநிலையும் எய்துகின்றன. அதேசமயம் எதிரிடையாகத் தம்மை இருத்திக் கவிக்குரலுடன் எப்போதும் போராடுகின்றன: கேள்விகளாக, பதில்களாக, சாட்சியங்களாக முதல் தொகுப்பின் கவிதைகளிலிருந்து தொடங்கிய உரையாடல் அவரது பல தொகுப்புகளின் ஊடாகவும் தொடர்ந்து நடைபெறுகிறது. 'பின்மனம்' என்ற முதல் தொகுப்பின் கவிதையில் அடைப்புக் குறியிடப்பட்ட வரிகள் படைப்பாளியின் உள்மனமொழியாக உயிரற்ற அல்லது உயிருடைய பிறவற்றிலிருந்து பிய்த்தெடுக்கப்பட்ட சுயமாகக் காயம்பட்டுத் துயருற்று இயங்குகின்றன:

சிலசமயம்
சகல துக்கங்களையும் இறைக்கும் சங்கீதம் போல
(தற்கொலையில் தோற்றவனின் மௌனமாவேன் பின்பு)

இங்கே சங்கீதம் புனைவுகோளாகவும், மௌனம் முரண்மொழியாகவும் இணைந்து கவிதையை முழுமைப்படுத்துகின்றன. அதனால் மொழியும் பேச்சும் 'இடை அகநிலைநோக்கின்' (intersubjectivity) உரையாடலாக விளங்குகிறது; இந்தச் சந்திப்பினூடாயும்,

உரையாடலினூடாயும் ஒரு மனதின் இரு கூறுகளாய், அவற்றின் அகநிலைநோக்குகளால் உருவாக்கப்படும் உண்மையாக அவ்வரிகள் இயங்குகின்றன. சுகுமாரன் கவிதைகளின் சாரம் இந்த இரு கூறுகளின் தீர்வாகவும் தீர்மானமாகவும் அமைகிறது:

மலையையும் ஆற்றையும் வரையாமலிருந்தாள்
கேட்டபோது
உங்களுக்கெ புத்தியில்ல ?
ஆறு ஆட்டோலெயும்
மலை லாரியிலும் போனதெக் காணலியா ?"

இப்படி கேட்கும் சிறுமியின் குரலுக்குள் ஒளிந்திருப்பது அவளறியாத பெரியவர்களின் உலகு அல்லது அவளது கற்பனை உலகு.

இவ்வாறாகக் கவிதைக்குள் இயங்கும் உரையாடல் நுண்மையின் இழையாக இருக்க, கவிதைகளுக்கிடையே நிகழும் வசனமோ பெரும்சரடாக அவரது படைப்புலகை இணைக்கிறது. அவரது முதல்தொகுப்பின் கவிதையான 'வளர்ப்பு மிருகம்' கட்டுக்கடங்காத தன்முனைப்பைக் காட்சிப்படுத்துகிறது:

உலாவப் போகையில் சங்கிலிகள் புரளக்
கூட வந்தது
பிறகு
இழுத்துப் போக வலுவற்ற என்னை
இழுத்துப் போகத் தொடங்கியது.

ஒருநாள்
விசைகுறைந்த சங்கிலியைக் கைஉணர
அது தொலைந்ததென்று மகிழ்ந்தேன்
எனினும்
புலனாகாத எங்கோ
அகற்ற முடியாத சங்கிலியின் மறுமுனையில்
இருக்கக்கூடும் அதுவென்ற
பயம் பின்பு நிரந்தரமாச்சு

என்ற வரிகளை 'செவ்வாய்க்கு மறுநாள் ஆனால் புதன்கிழமை அல்ல' தொகுப்பின் 'நடை–2' என்ற தலைப்பில் இடம்பெறும் வரிகளுடன் ஒப்பிடலாம்:

சங்கிலியை அறுத்துக் கொண்டு
என் கட்டளைக்குப் பணியாமல்
தன்போக்கில் போகிறது
. . . . . . . . . . . . .
உயிரில் படிந்ததை
கால்களில் அப்பியதை

என் முன்னால் பணிவுடன் சமர்ப்பிக்கிறது
நான் அதைச் சீர்படுத்தி வைக்கிறேன்

நீங்கள் கவிதை வாசிக்கிறீர்கள்.

இவ்விரு சங்கிலிக் கோர்வைகளுக்கிடையில் முப்பத்தெட்டு ஆண்டுகள் தடம் புரண்டுள்ளன. அதே தொடர்கள். ஆனால் அவை உருவாக்கும் எண்ண அலைகள் முற்றிலும் வேறானவை. இப்போதும் 'கட்டளைக்குப் பணியாமல்' போனாலும் கவிக்குரலிடம் பணிவுடன் எல்லாவற்றையும் அது சமர்ப்பிக்கிறது. இப்படைப்பு அதன் சொல் அல்லது தொடர்களின் தேர்வில் முதல் கவிதையை மீட்டெடுத்து இத்தனை ஆண்டுகால நீண்ட படைப்புப் பயணத்தையே படிமமாக்குவதன் மூலம் மற்றொரு கவிதைப் பார்வையை முன்வைக்கிறது. இதில் இயங்கும் உள்மனமும் தன்முனைப்பும் அச்சம் நீங்கிய பல தரிசனங்களைக் கண்ட ஒன்றாகிறது.

சுகுமாரனின் பயணமும் மறுபயணமும் ஒரு வட்டத்துள் சுழன்று தன்னை மீட்டுருவாக்கம் செய்கின்றன. 'அப்போது புத்தகங்கள்,' 'புத்தகங்களின் கூட்டறிக்கை' போன்ற கவிதைகளும் இந்த சுழற்சியின் பிரதிபலிப்புகளே. அதுபோலவே 'நிலை', 'பரோல்' ஆகிய கவிதைகளில் மீண்டும் மீண்டும் இடம்பெற்று வெவ்வேறு பரிமாணங்களை உணர்த்தும் வரிகள் மிகுந்திருக்கின்றன, திரும்பத் திரும்பப் பேசப்படும் 'நான்' 'நீ' 'நாம்' 'நீங்கள்' 'நாங்கள்' இவையெல்லாம் 'ஆண்', 'பெண்', 'உனக்குள் அடங்கும் நான்', 'எனக்குள் அடங்கும் நீ', 'நாங்கள்' எனத் தொடர்பின்மைக்கும் – இணைவுக்கும், தனிமைக்கும் - குழுவுக்கும், ஐயத்துக்கும் – பரவசத்துக்கும் இடையில் ஊசலாடுகின்றன. கூறியது கூறலில் இவை விரித்துக் காட்டுவது அகத்தின் முடிவுறாத தாழ்வாரங்களை, டி.எஸ். எலியட் கூறுவாரே You say I am repeating/ something I have said before/I shall say it again/Shall I say it again? அதுபோல. இத்தாழ்வாரங்களில் இசை, கபீர், கிளி இவையெல்லாம் கால்மடக்கி உட்கார்ந்து தாழ்வாரத்தின் திறந்த நுழைவாயில்களில் மீண்டும் மீண்டும் கதவுகளை அசைக்கின்றன; தங்கள் இருப்பைப் பிடிவாதமாய் சொல்லிக்கொண்டே இருக்கின்றன. இந்த அசைவை ஒரே படைப்பாளியின் பல கவிதைகளுக்குள் நிகழும் பனுவல்நிலை ஊடாட்டமாகவும் பார்க்க இயலும்.

அவரது கவியுலக இருத்தலியலின் இருளும் வெறுமையும் வெறுப்பும் ஆன்மீகத்தின் அபரிமிதமான காருண்யத்துடன் இத்தாழ்வாரங்களில் சேர்கின்றன. இங்கு ஆன்மீகம் என்று நான்

குறிப்பிடுவது இறை அல்லது சமயத்துடன் தொடர்பற்ற இயற்கை – மனிதம், இயற்கை – இயற்கையுடனான உறவுநிலையை. முதல் தொகுப்பிலிருந்தே இவ்விருகூறுகள் அவற்றின் விகிதாசாரங்கள் வேறுபட்டாலும் தொடர்ந்து வெளிப்படுகின்றன.

பௌத்த சமயத்துடன் தொடர்புபட்டு முற்றிலும் வேறு பரிமாணத்தை விரித்த இருத்தலியல் மேற்கின் வழி நமக்கு அறிமுகமானது. அதன் தாக்கமும் **60–70**களின் இந்திய சமூக அரசியல் நிலைகளும் பிறமொழிக் கவிதைகளின் பாதிப்பும் நவீன கவிதையாகத் தமிழில் உருக்கொண்டபோது இப்படைப்புகள் உள்மனதின் வரைபுகளைத் திறந்து காட்டின. இதே அலைவரிசையில் வெளிப்பட்ட சுகுமாரனின் கவிதைகளிலும் அந்நியமான சுயமும் பிடிப்பற்ற வாழ்வும், இல்லாத கடவுளும், தளையாக உருவெடுக்கும் உறவுகளும், மரணமும் மீண்டும் மீண்டும் பாடுபொருளாயின. ஆனால் அதேவேளை இவை சங்கப் பாடல்களில் மேவும் இயற்கை சார்ந்த வாழ்நிலையை நினைவுபடுத்தவும் செய்கின்றன, இந்தப் புறநானூற்றுப் பாடலைப் போல:

அதளெறிந் தன்ன நெடுவெண் களரின்
ஒருவன் ஆட்டும் புல்வாய் போல
ஓடி உய்தலுங் கூடுமின்
ஒக்கல் வாழ்க்கை தட்குமா காலே. (புறம் 193)

(தோலை உரித்து வெளிப்புறம் வெண்மையாய்த் தெரியுமாறு போட்டதுபோல் இருக்கும் நீண்ட நிலத்தில் வேடனிடமிருந்து தப்பியோடும் மான்போல எங்காவது ஓடிப் பிழைக்கலாம் என்றால் அப்படித் தப்ப முடியாமல் சுற்றத்தார் நிறைந்த இல்வாழ்க்கை காலைத் தடுத்து நிறுத்துகிறது).

மேற்கின் இலக்கியங்களில் இயற்கையை மனித மனநிலையுடன் இணைத்தல் எனும் யுத்தியை பெரும்பான்மையாகப் பயன்படுத்துகின்றன. ஆனால் சங்கப் பாடல்கள் இயற்கையின் செயல்பாட்டை மானுடச் செயல்பாட்டுடன் சமாந்தரமாகவும் மாறுபட்டும் பார்க்கின்றன. இந்த இரு நிலைகளிலும் இயற்கை சுகுமாரனின் படைப்புகளில் தன்னை இருத்திக்கொள்கிறது. மனுஷ்யபுத்திரனும் பிரம்மராஜனும் குறிப்பிட்டிருக்கும் வன்முறை மொழியும் எதிர்மறைப் படிமங்களும் வெளிப்படும் அதே தொகுப்பில்தான் இயற்கையின் மிக மென்மையான தடங்களும் படிமங்களாகின்றன:

அவனுடைய ஆட்டுக்குட்டியின் கண்களில்
அரிவாளின் மின்னல்.
(திரும்ப வந்தவர்கள்)

ஒரு மீனைத்
தண்ணீர் வரவேற்பதுபோல
அனுமதிக்கிறாய்
............
ஒரு நீர்த் தாவரத்துக்குத்
தண்ணீர் விடைகொடுப்பதுபோல
வழியனுப்புகிறாய்
(நீராலானவள்)

அதைப்போலவே 'விசும்பின் துளி' எனும் படைப்பு இயற்கை யின் காட்சி யதார்த்தத்தை அதைவிட யதார்த்தமான மொழியில் சொல்லிவிடுகிறது:

வானத்தைப் பார்த்தால்
வானம்போலில்லை

அப்பழுக்கற்ற நீலப் பிரகாசம்
உண்மையின் அச்சுறுத்தல்

நீலத்தின் ஊடே
கிழக்கிலிருந்து மேற்காக
ஒரு கரும்பறவை பறக்கிறது
அதன் கூவல்
நீலத்தைக் கொசுவிப் பின் தொடர்கிறது

இப்போது வானம்
வானத்தைப் போலிருக்கிறது.

மரம், பாறை, நீர், பறவை, மிருகம், மலை இவையெல்லாம் இயற்கைசார்ந்து வெளிப்படும் அதேவேளை கவிமனதின் வாழ்துயரைச் சித்தரிக்கும் மரணம், இருள், காலம், கடவுள், இன்மை ஆகியவற்றின் குறியீடுகள் ஆகின்றன.

சுகுமாரனின் முதல் கவிதைத் தொகுப்பின் முன்னுரையில் பிரம்மராஜன் தனது கருத்தை முன்வைக்கும்போது, "இக்கவிதை மனிதனின் கடவுள் இறந்தவர் மட்டுமல்லாது தன் இறப்பை சதா நினைவூட்டிக் கொண்டிருப்பவர்" என்று குறிப்பிடுகிறார். இந்த நினைவூட்டல் அவரது கவிதைகளில் இன்றுவரை தொடர்ந்தாலும் அது வெவ்வேறு புள்ளிகளில், குரல்களில் இயங்குகிறது. முதல் தொகுப்பில் 'தெரியாது என்று இறந்தார்' எனக் கூறிப் பின்னர் 'முதுகை இறுக்கும் பாறைகளின் கீழ் ஊன்றி நிமிரப் போதும் வெறும் கையகல நம்பிக்கை' என்று முடிகிறது. மானுட வாழ்வின் அவலங்களையும் அபத்தங்களையும் அகவயமாகவும் புறவயமாகவும் பார்வையிடும் மனம் நிறைந்த தர்க்கங்களோடு கடவுளின் இறப்பை நம்பிக்கையின்பால் சார்த்தி ஒற்றைக் குரலில் உரத்துப் புலம்பித் தனிமனித நம்பிக்கையை ஒரு சிறு

கீற்றாகவேனும் கட்டமைக்க முனைகிறது. ஆனால் 2011ஆம் ஆண்டு எழுதப்பட்ட 'பசியின் வாசனை' இதே கருத்தைக் 'கண்ணு திறக்காத தெய்வங்களே/களிமண் பொம்மைகளே' என பார்வையற்ற ஒரு தாவணிப் பெண்ணின் பாடலாக ரயிலில் ஒலிக்கிறது. முன்பு கவிஞரின் உள்மனதின் அதிர்வாக, மௌன வாசிப்பனுபவமாக இருந்த ஒன்று ஓசையுடனும் ஒத்திசைவுடனுமானப் பாடலாக, வாசிப்பின் எல்லைகளைக் கடந்த அல்லது அதற்குள் அடங்காத அனுபவமாகப் பொதுவெளியில் நீள்கிறது. அதுபோலவே 'இறந்த என் கடவுள்' என்ற தனிமனித நேருணர்வு 'கடவுளின் எண்' எனும் படைப்பில் கனவில் வரும் ஓர் உடலை,

. . . . . . . . . . . . .

என் பெயரல்ல
என் எண்ணல்ல
பார்த்த எல்லாரும் நிம்மதியடைந்தோம்

. . . . . . . . . . . . .

ஒரு வேளை

கடவுளின் பெயரோ எண்ணோ ஆக
இருக்கக் கூடுமோ அது?

எனக் கேள்வியாக்குகையில் அங்கு கடவுள் சகமனிதரின் அனுபவமாக மாறுகிறார். இக்கவிதையில் இடம்பெறும் பிறர் கவிக்குரலின் சாட்சியமாகின்றனர். தனது எண்ணத்தைப் பொதுக்கருத்தாக மாற்ற முனையும் கவிக்குரலில் இப்போது பல சாட்சியங்கள் இடம்பெறுகின்றன. இந்தச் சாட்சியங்கள் பல்குரல்களைத் தோற்றுவிக்கின்றன. அதனால் சுகுமாரனே (இன்னும் வெளியாகாத அவரது நேர்காணல்) "என் தனிப்பட்ட அனுபவத்தைப் பொதுஅனுபவமாக முன்வைத்திருந்தேன். இன்று பொது அனுபவத்தை என்னுடையதுமான அனுபவமாக உணருகிறேன்" என்று குறிப்பிடுவதுபோல சுயத்தின் 'நான்' கவிதைகள் இப்போது சுயங்களின் 'நாம்' கவிதைகளாக உருக்கொள்கின்றன. இந்த எண்ணமாற்றம் சொற்களில் கோர்த்து கவிதைகளில் தொடர் உரையாடல்களாக வெளிப்படுகின்றன.

சுகுமாரனின் பல படிமங்களில் பெரும்பான்மை நீராலானவை. வாழ்வின் நிதர்சனங்களை உறவுகளின் பல நிலைகளை நீரின்மூலமே கவிதைசொல்லிக் கடக்கிறார். 'நீரின்றி அமையாது' என்ற கவிதையில் உறவுகளைப் பிணைக்கும் திரவங்களை வகைப்படுத்தி மானுட வாழ்வின் ஆதாரமாக இருக்கும் உறவுகளின் உயிர்நாடி ஆக்குகிறார். மழை, கடல், நதி, வியர்வை, இரத்தம், பால், மது, பனி, கண்ணீர், அலை, வெள்ளம்,

தேன், எச்சில் இவையெல்லாம் அவருடைய படைப்புகளில் எப்போதும் ‘குடைவிட்டிறங்கிய நீரின் கோடாக’, ‘மழைக்கால நதியிரண்டாக’, ‘வியர்வையில் குழைந்த சந்தனமாக’ ‘இரத்தம் சிதறி இருளுடன் குழம்பும் ஏரியாக’ மானுட இருப்பின் சாயலாகத் தொடர்கின்றன. பல நேரங்களில் தியோடர் ராத்கேயின் *‘begin with the rock/end with water’, “I need a pool; I need a puddle’s calm”*போன்ற வரிகளில் தொனிக்கும் வாழ்வு சார்ந்த சிக்கல்களை நினைவுபடுத்தி அதனூடாக ஒரு விசாரத்தை மேற்கொள்கின்றன (ஆனால் ராத்கேயின் கவிதைகள் சுகுமாரனின் கவிதைகளைப் போலவே இரு திசைகளில் இசைந்தாலும் அவற்றில் சுயம் மட்டுமே இறுதிவரை பிரதானமாய் இயங்கியது என்பது சுகுமாரனிடமிருந்து வேறுபடும் விஷயமாக இருக்கிறது). இவ்வாறு அவர் பயன்படுத்தும் குறியீடுகளையும் படிமங்களையும் ஒவ்வோர் இழையாகப் பிரித்தெடுத்து அவை கவிதைகளின் அமைவைத் தீர்மானிப்பதில் பெற்றிருக்கும் மாற்றங்களைப் பார்ப்பது இந்த முன்னுரையை மிகப் பெரிய கட்டுரையாக உருவாக்கிவிடுமென்பதால் இத்துடன் நிறுத்துகிறேன்.

இறுதியாக சுகுமாரனை உண்மையான புரட்சிகரமான கவிஞராக அடையாளம் காணும் ஜெயமோகன் அவரது ‘புரட்சிகரக் கவிதைகளை’ வரையறை செய்யும்போது, அவை ‘கிளர்ந்து எழுந்த புரட்சிக் குரல் அல்ல, கைவிடப்பட்ட நிராதர வான இளமையின் புரட்சிக் குரல்’ என்ற மிக முக்கியமான அவதானத்தை முன்வைக்கிறார். இந்தப் புரட்சி சுகுமாரனது தனிமைக் கவிதைப் பயணத்தில் தொடங்கி, தொடர் உரையாடல்கள்மூலம் பொதுமைப்படுத்தப்பட்டுத் தனிமனிதத் துயரைப் பொதுத்துயராக்குகிறது. இந்த இருப்பியல் பயணத்தில் அவருடைய அனுபவங்களுடன் இயற்கையின் அனுபவங்களும் பின்னிப் பிணைந்து அவரது புரட்சி முழுமையான ஆன்மீகமாக உருப்பெற்றிருக்கிறது:

ஏழாம் கடலைக்
கொப்பளித்துத் துப்பியதும்
‘வெற்றி உனதே, இனி
விரும்பியதை அடையலாம்’ என்றார்கள்

உப்பை ருசித்தபடிக் கேட்டேன்
‘ஏழினும் பெரிய கடல் இல்லையா ?’

டொரண்டோ
*17 டிசம்பர் 2019*

**கீதா சுகுமாரன்**

# கோடைகாலக் குறிப்புகள்
## 1985

## வளர்ப்பு மிருகம்

தளர்ந்து
உயிர்பிரியத் தவிக்கும் உடம்பாய்க் குறுகி
எங்கோ பார்த்துக்கொண்டிருந்த
என் கால்களை முகர்ந்தது அது
அதன் கண்களில் நிராதரவு
இரங்கி
சில சொற்களை எறிந்தேன்
பசிநீங்கியும் போகாமல்
என் நிழலைத் தொடர்ந்தது அது

நாளடைவில் கால் முகம் ரோமம் என
உறுப்புகள் மீண்டன அதற்கு
பற்கள் நீண்டன
நகங்கள் வளர்ந்தன
கண்களில் குரோதம் அடர்ந்தது
அதற்குப் பயந்து
நண்பர்கள் வராமல் போனார்கள்
குழந்தைகள் ஒளிந்துகொண்டார்கள்

அது வளர்ந்து
என்னைவிடப் பெரிதாச்சு
அதன் பற்களில் வெறி துடித்தது
எனினும்
என்னை ஒன்றும் செய்யாது என்றிருந்தேன்

அதன் முனகலும் உறுமலும்
என் அமைதியைக் கலைத்தன
அதன் ரோமங்கள் உதிர்ந்தும்
மூத்திரம் தேங்கியும்
மலம் குவிந்தும்
அறை நாற்றமடிக்கத் தொடங்கியது

தொல்லை தாளாமல்
நம்பிக்கைகளைக் கோர்த்துச் சங்கிலியாக்கிக்
கட்டி வைத்தேன்
உலாவப் போகையில் சங்கிலிகள் புரளக்
கூட வந்தது
பிறகு
இழுத்துப் போக வலுவற்ற என்னை
இழுத்துப் போகத் தொடங்கியது
சங்கிலிச் சுருளில் மூச்சுத் திணற
சிக்கிக்கொண்டேன் நான்
விடுபடத் தவிப்பதே விதியாச்சு

ஒரு நாள்
விசைகுறைந்த சங்கிலியைக் கைஉணர
அது தொலைந்ததென்று மகிழ்ந்தேன்

எனினும்
புலனாகாத எங்கோ
அகற்ற முடியாத சங்கிலியின் மறுமுனையில்
இருக்கக் கூடும் அதுவென்ற
பயம் பின்பு நிரந்தரமாச்சு.

## நிகழ்

விலக்கினாலும் கவிகிறது புகை
எதிலும் இடறிக்கொள்ளாமல்
களைந்து திரியவே தவிப்பு
கண்ணாடிமுன் நின்றால்
கழுத்துக்கு மேலே வெறும் பெயர்
என்னைக் காணாமல் துடித்து
உள்கசியும் ரத்தத்திலும் சீழிலும்
மட்கும் கணங்கள்
கால்கள் சிக்கிப்
பறக்கத் தத்தளிக்கும் நான்

## துக்கம்

ஒருவர் வாய்பிளப்பார்
ஊர் கூடும்
ஒலிக்க அழும்
ஒப்பாரி வைக்கும்
முடிந்ததும்
கரண்டிக் கரண்டிச் சிந்தி
சுவரோடு இழியும் சளியில்
போகும் கலந்து துக்கம்

## நட்பறுத்த காதுகள்

நட்பறுத்த காதுகள்
சொல்லுக்குக் கூசும்
சதை சுரண்டும் விரல்கள்
கண்களை வேவு பார்க்கும்
எனினும்
மனச்சுவர்ப் பிளவில் தளிர்
மழைக்காய்

## கண் : சில குறிப்புகள்

1. ஊன்றுகோலில் இருக்கிறது
   குருடனின் கண்

2. எங்கும்
   எப்போதும்
   உன்னை வேவு பார்க்க
   உண்டொரு கண் என்றனர்

3. நண்பா
   நமது பொய்
   ஒரு நிறமுள்ள கண்ணாடியாய்க்
   கண் முன் நிலைத்து
   மறைக்கிறது பொருளின் உண்மையை

4. காற்று ஏற்றிய துகளில்
   கண்கரைந்து நீராச்சு
   பின்
   எதிரில் வந்தவர்க்குத்
   தலைக்குப் பதிலாய்ப்
   பச்சை சூரியன்

5. அறையில்
   காய்ச்சல்படிந்த கண்களுடன்
   கவிதைகளைத் தின்கிறது மரணம்

6. என்னுடைய முதலாவது கண்
   என் வாழ்க்கையை
   நடிப்பாக்கிக்கொண்டிருக்கையில்
   இந்த இரண்டாவது கண்
   என் நடிப்பை
   வாழ்க்கையாக்கிக்கொண்டிருந்தது*

---

\* சச்சிதானந்தனின் மலையாளக் கவிதை மொழிபெயர்ப்பு வரிகள்.

7. உன் பார்வையே
   உன் விதி

8. கண்ணை விரி
   வானத்தை அளப்பதுடன்
   மூத்திரத்தின் உப்பை அரிக்கும்
   எறும்புகளையும் மொய்க்க

9. என் கண்ணின் உப்பை
   என் நாக்கு சுவைக்க அனுமதி

10. கண்ணை ஆரோக்கியமாக வைத்துக்கொள்
    கண்ணே
    சகல நோய்க்கும் காரணம்.

## இசை தரும் படிமங்கள்

**1**

விரல்களில் அவிழ்ந்தது தாளம்
புறங்களில் வீசிக் கசிந்தது குரல்

கொடித் துணிகளும்
சுவர்களும் விறைத்துக்கொண்டன

ஈரம் சுருங்கிய
பிடிமணலாய்ப் பிளந்தேன்
தொலைவானின் அடியில்
நூலறுந்த பலூன்

யாரோ தட்டக் – 'கதவைத் திற'
வெளிக்காற்றில்
மழையும் ஒரு புன்னகையும்

(ஹரிக்கும் ஸ்ரீநிவாசனுக்கும்)

**2**

புல்லாங்குழல்
சகல மனிதர்களின் சோகங்களையும்
துளைகளில் மோதிற்று

கூரைமுகட்டிலிருந்து இறங்கிய நாளங்கள்
ரத்தமாய்ப் பெய்தன
அறையெங்கும் இரும்பின் வாசனை

மறு நிமிஷம்
என் உப்புக்கரைந்து எழுந்தது
மல்லிகை மணம்

(ஹரிபிரசாத் சௌரஸ்யாவுக்கு)

### 3

மழை தேக்கிய இலைகள்
அசைந்து
சொட்டும் ஒளி

கூரையடியில் கொடியில் அமர
அலைக்கழியும் குருவி

காலம்
ஒரு கண்ணாடி வெளி

எனக்கு மீந்தன
கண்ணீரும் சிறகுகளும்

(யேசுதாஸுக்கு)

### 4

குழம்பியிருந்தது சூரியன் அதுவரை
கரைமீறிய கடல்
என் சுவடுகளைக் கரைத்தது
இசை திரவமாகப் படர்ந்து உருக்க
செவியில் மிஞ்சியது உயிர்
திசைகளில் துடித்த தாபம்
சகலத்தையும் பொதிந்துகொள்ள விரிந்தது

அண்ணாந்தால்
கழுவின கதிர்களுடன் வெளியில் சூரியன்

(ஸாப்ரிகானுக்கு)

சுகுமாரன் கவிதைகள்

## சாகத் தவறிய மறுநாள்

சாவதும் ஒரு கலை – எல்லாவற்றையும் போல

— ஸில்வியா ப்ளாத்

கடைசி மாத்திரையை விழுங்கியதும்
மனம் அலைகளடங்கி அமைதியானது
இறப்பு கருணையுடன் நெருங்கியது

இனி
விழிப்பின் அவலங்கள் இல்லை
கண்ணீரோ
ஓயாமல் கசியும் காயங்களோ
அலைகழிதலோ இல்லை.
பொய்யின் கசப்போ
அழுகிய புன்னகைகளின் துர்நாற்றமோ
நொந்துகொள்வதோ இல்லை
பயமோ
நிரந்தரமாகக் கவிந்த வெறுமையோ
நேசமற்ற கணங்களோ இல்லை
காலம் வெளி பெயர்கள் இல்லை
மேலாக
வாழ்வின் குமட்டல் இல்லை

மனம் அலைகளடங்கி அமைதியானது
நினைவில் புதைந்த இசை
வெளிப்பட்டுத் ததும்பியது
மனம் அலைகளடங்கி அமைதியானது.

காலையில்
ஒளி வந்து அழைக்க எழுந்து
என் கிளிக்குப்
பழங்கள் பொறுக்கப் போனேன் வழக்கம்போல
சந்தோஷம்
துக்கம் என்னும் சலனங்களற்று
சிறுநீர் அடக்கிய வடிவயிறாய்க்
கனத்தது மனம்

## சுவர்கள்

வந்த வழிகளெல்லாம் அடைபட்டன
புறங்கள் நிமிர்ந்து சுவர்களாயின
விவரங்களற்று
அகப்பட்டேன் நான்

வானம் சதுரமாய்ச் சிறுத்தது
இரண்டு எட்டில் கால்கள் திரும்ப
என் உலகம்
நொடியில் சுருங்கியது
மீண்டும் மீண்டும் நானே சுவாசித்து
காற்று விஷமாயிற்று

வெளியேற வழியற்றுத் திகைத்தேன்
பறவைநிழல் தரையைக் கடக்க
அண்ணாந்தால்
நீல வெறுமை

ஆதரவுக்காய் அனுப்பிய குரல்
சுவர்களில் மோதிச் சரியும்
வீணாகும் யத்தனங்கள்

தளிர்ப்பச்சைக்கோ
சிரிப்பொலிக்கோ
மழைத்துளிக்கோ
பூக்களுக்கோ ஏங்கும் புலன்கள்

நாள்தோறும் சுவர்கள் வளரக்
கையளவாகும் வானம்.
சுதந்திரம் நகர்ந்து போகும்

கதவுகள் இல்லையெனினும்
வெளியைக் காண
சுவருக்கொரு ஜன்னலாவது அனுமதி
நிச்சயம் வெளியேறிவிடுவேன்

## மலைநகரத்தில் நாள்

நான் போகுமிடங்களில்
மலைகள் காத்திருக்கின்றன – அல்லது
மலைகள் இருக்கும் இடங்களுக்கே
நான் போகிறேன்

காலம் உறைந்த தூண்பாறைகள்
கிளிகள் மொய்க்கும் சரிவுகள்
அடிவாரத்தில்
மரணத்தை உச்சரித்து
நகரும் பாதரச நீர்க்கோடு

காற்று
நகரப் புகைகளற்று வந்து
விரல்களைக் கோர்த்துக்கொள்ளும்
மரங்கள்
இலைக்குரலில் நலம் விசாரிக்கும்
சுமை தூக்கி வரும் மனிதன்
துயர்படிந்த என் போல் கண்களுடனும்
எனக்காக ஒரு புன்னகையுடனும்
கடந்து போவான்

அலறும் காலிக் குடங்களுடன் பெண்கள்
நிழலில் பதுங்கிய வாழ்க்கைப் பயங்களை
இழுத்துக்கொண்டு சிறுவர்கள்
(சொந்த இடங்களில் ஒளித்துக்கொள்ளும்)
சிறகுகளை
உற்சாகமாய் அசைத்துக்கொண்டு பிரயாணிகள்

ஒரு சாயங்காலம் முடிவடைகிறது:
யூகலிப்டஸ் மரங்களுக்குப் பின்னால்
அறுபட்ட தலையென மறையும் சூரியன்
ரத்தம் சிதறி
இருளுடன் குழம்பும் ஏரி

மலை – ஒரு உன்னதம்
பயணம் – ஒரு போராட்டம்

எனினும் மனச்சுவரில் இடையறாது கசியும்
ராகத்தின் கீற்றை நினைவுறுத்திப் பறக்கும்
மஞ்சள் மூக்குப் பறவை இருக்கும்
எங்கேயும்

## பின்மனம்

சில சமயம்
பெருங்காற்றுக்கும் பயப்படாமல்
 ஒரு இலையுதிர்கால மரம்போல
*(கிளைகளில் சொற்களாய்த் தளிர்த்து மிரள்வேன் பின்பு)*

சில சமயம்
வரும்போகும் கால்களில் மிதிபட
டீக்கடைக்காரன் உலரப் போட்ட ஈரச் சாக்குபோல
*(பரிவற்று வறண்டும் போவேன் பின்பு)*

சில சமயம்
பிரயாண நோக்கங்கள் துறந்த இலவஞ் சிறகுபோல
*(மூலைச் சிலந்திவலையின் தனிமையில் தவிப்பேன் பின்பு)*

சில சமயம்
சகல துக்கங்களையும் இறைக்கும் சங்கீதம்போல
*(தற்கொலையில் தோற்றவனின் மௌனமாவேன் பின்பு)*

சில சமயம்
கண்ணாடியில் காத்திருக்கும் என் புன்னகை
*(கால்களை விழுங்கிய விலங்கின் வாயிலிருந்து கையுதறி*
 *அலறும் குழந்தைமுகம் பின்பு எனக்கு)*

## அப்போது புத்தகங்கள்

அப்போது
புத்தகங்களும் நம்பிக்கைகளும் என்னைக் கைவிட்டன
யோசிக்கத் தொடங்கினேன் புதிதாய்

சொற்பம் கையிருப்பு –
தங்கும் சுவர்களின் பாதுகாப்பற்று
ரயில்வே பிளாட்பாரத்துக்கு விரட்டப்பட்டேன்
காலி வயிற்றுடன்
தூக்கம் புறக்கணித்து நீளமான இரவு
முடியக் காத்திருந்தேன்

எங்கும் மின்விளக்குகளின் ஊளை
அகண்ட ஸிம்பனியொன்றின் சாயலை நெருடவிட்டு
என்ஜின்கள் பிளிறும் இடையிடையே
ஒரு பேய்க் கனவின்
ஒற்றைக்கண்போலத் தொங்கும் கடிகாரம்
கூரையிலிருந்து உதிர்ந்து
ஒளிவிடம் தேடி நரும்
எந்திர உறுமல்களுக்குப் பழகிய நொண்டிக் குருவி
வயிற்றிலும் கண்களிலும் பசியுடன்
மௌனமாய் நச்சரிக்கும்
அகாலமாய் மல்லிகை சூடிய பெண்
கனவுகள் பொதிந்த சுமைகளுடன்
திசைகளை அடையக் கிடைக்கும் பிரயாணிகள்
இருப்பின் துயர்கள் தாளாமல்
முகமில்லாத நண்பன்
சக்கரங்களடியில் கந்தல் சதையானான்

கூக்குரல்
புலம்பல்கள் – பிறகு
நிசப்தம்

பிளாட்பாரத்தில் படிந்தன
சில ரத்தக் காலடிகள்
சாட்சிகளை நிறுத்திக் கடந்து போனது மரணம்

புத்தகங்களும் நம்பிக்கைகளும் என்னைக் கைவிட்டன
அப்போது

## இன்னும் எலும்புகள்

எனது கதவைத் தட்டிக் கேட்காதே எதுவும்
மரணத்தால் விறைத்திருக்கிறது என் வீடு

நான் உனக்குத் தரும் சொற்களில்
மிருகங்களின் கோரைப்பற்கள் முளைத்திருக்கலாம்
உன்னுடன் பகிர்ந்துகொள்ளும் சிகரெட்டில்
விஷத்தின் துகள்கள் இருக்கலாம்
உன்னுடைய தட்டில் பரிமாறும் உணவில்
சகோதரர்களின் மாமிசம் கலந்திருக்கலாம்
உனக்குத் தயாரிக்கும் தேநீரில்
கண்ணீரின் உப்பு கரைந்திருக்கலாம்

இந்த நாட்கள்
காக்கிநிறப் பேய்களால் நிர்வகிக்கப்படுகின்றன

இன்று
பூக்களும் பறவைகளும் குழந்தைகளின் புன்னகைகளும்
பெண்களும் எரிந்துபோயினர்
உறுப்புகள் வெட்டப்பட்டவர்களின் குரல்கள்
வெளிகளில் தடுமாறுகின்றன
பிணங்களின் நடுவில் நொறுங்கும்

புத்தனின் மண்டையோட்டிலிருந்து கழுகுகள் அலறுகின்றன

கடவுள் மொழி இனம் என்று
துருப்பிடித்த தகரத்தால்
உன் தொண்டையை அறுப்பது சுலபம்
இன்று மனிதனாக இருப்பது குற்றம்

பூமி எலும்புக்கூடுகளின் தாழ்வாரம்
(எலும்புகள் இன்னும் குவிகின்றன)
காற்று – வெடிமருந்துப் புகைகளின் கிடங்கு
(புகைகள் இன்னும் அடர்கின்றன)
மணலில் பதியும் ஒவ்வொரு சுவடிலும்
ரத்தமும் சீழும் படிகின்றன

சிலந்திகள் பின்னிய வலையில்
சரித்திரத்தின் ஆந்தைக் கண்கள் வெறுமையாய் உறையும்
துயரங்கள் விடிவின்றி நீளும்
கறை – நம் எல்லோர் கைகளிலும்

எனது கதவைத் தட்டிக் கேட்காதே எதுவும்
இன்று
மனிதனாக இருப்பதே குற்றம்

## வெளியில் ஒருவன்

**ஒன்று:**

பாதுகாப்பற்றது வெளி

பயந்து
அடைக்கலம் என்று வந்தால்
யாருடையதோ போல வரவேற்கும் வீடு
நுழைந்ததும்
நினைவுகள் நகம் வீசிக் குதறும்
அப்பாவின் சாராயக் குரலில் கிளர்ந்த பாம்புகள்
தரைவெடிப்புகளிலிருந்து நெளியும்
காலம் தின்று வெறுமையானது
அம்மாவின் புன்னகை
சுவர்மூலைகளில் தொங்கும் பசி
குழந்தைகளின் கண்களில் பதற்றம்
உறவுகள் அறுத்தெடுத்த இதயத்தசை மேஜையில் கிடக்கும்
இன்னும் ரத்தம் கசிய
உடம்பை மூட்டியவள்
முத்தமெனச் செதுக்கிய காயங்களில் சீழ் வடியும்
இறந்த எனது கடவுளின் மல நாற்றம்
கண்ணாடிச் சட்டத்தை நொறுக்கும்
இருப்பின் துயர்
எறியும் என்னை வெளியில்

**இரண்டு:**

பரிவில்லாதது வீடு

வெளிக் காற்றில் ஏராளம் விஷம்
சோகை பிடித்த தாவரங்கள்
நீர்நிலைகளில் சாகும் பறவைகள் மிருகங்கள்
பிச்சைக்காரியின் ஒடுங்கிய குவளையில்

சரித்திரம் கெக்கலிக்கும்
தேசக் கொடிகளின் மடிப்பவிழ்ந்து
எங்கும் பெய்கள் கவியும்
ஒன்று அல்லது மற்றொன்று
விலங்குகளை இழுத்து நகரும் மனிதர்கள்

மூன்று:

திசைகளில் அலைந்து திரும்பிய பறவை சொல்லிற்று –

மனிதர்கள் எரிக்கப்படுவதை
பெண்கள் சிதைக்கப்படுவதை
குழந்தைகளும் சங்கீதக் கருவிகளும்
பிய்த்தெறியப்படுவதை
பூக்களும் கவிதைகளும் மிதிக்கப்படுவதை
'மூலதனத்தின்' பக்கங்கள் ஈரமற்றுப்போனதை
கடவுளின் மகுடத்தைப் பேய்கள் பறித்துக்கொண்டதை
சகோதர்களுக்குக் கோரைப் பற்கள் முளைத்ததை

நான்கு:

பாதுகாப்பற்றது வெளி
தற்கொலைக்கும் துப்பாக்கி முனைக்கும் நடுவில்
நமது வாழ்க்கை
இரண்டு குரோதப் பற்சக்கரங்களுக்கு இடையில்
நமது காலம்
நாம் எதிர்ப்பார்த்திருக்கிறோம்
அணுகுண்டு வெடிப்பின் கடைசி நொடிக்காய்

ஐந்து:

எனினும்
வயலின் ஸ்வரங்களாய்ப் பொழியும் மழை
தாமிரச் சூரியன்
பறவைகள் பச்சிலைக் காற்று குதூகல முகங்கள்
அக்குளில் சிறகு பொருந்தும் இசை – இவற்றுக்காய்க்
காத்திருக்கிறது நம்பிக்கை –
பனிப்பாறைகளைப் பிளந்து மூச்சுவிடும் செடிபோல

## இறந்த எனது கடவுள்

வயோதிக மரத்தைப் போலவோ
புருவங்கள் நரைத்த கிழவனைப் போலவோ
தோற்றம் கொண்டிருந்தார் எனது கடவுள்

குறிவிரைக்க அலையும்
மகாமசானப் பிழைப்பில்
பயனில்லை இவர் எனப்
பரணில் எறிந்தேன்

தெரியாது
என்று இறந்தார்
எனது கடவுள் என்று

ஒரு நாள்
படுக்கையில்
நிலைக்கண்ணாடிப் பரப்பில்
அலமாரிப் புத்தகங்களில்
சோற்றுப் பருக்கைகளில்
தம்ளர் விளிம்பில்
ஆடைகளின் மடிப்பில்
நெளிந்தன பிணப்புழுக்கள்

பரண்பொருட்களின் இடையில் சுருங்கிய
எனது கடவுள்
ஒரு பெருச்சாளியின் வயிற்றில் இறந்திருந்தார்
கடவுள் நினைவுகள்
நெருப்பின் நடுவில் எரிந்துபோயின

கடவுளை இழந்தது என் காலம்
பயமாய்த் திறந்து கிடந்தது உலகம்

கெக்கலிக்கும் இயந்திரங்கள்
நாய்ப் பாய்ச்சல்
நட்பறுத்த காதுகள்
பதுங்கு குழிகளில் சடலங்கள்
கமறும் வெடிமருந்துப் புகை
(எப்போதாவது
கடவுளின் சாயலில் மனிதர்கள்)

விரல்கள் மழுங்கிய தொழுநோயாளி முகந்த
ஓட்டைக் குவளை நீர் – இந்த வாழ்க்கை

எனது கடவுள் இருந்திருக்கலாம்:
செவிடு எனினும்
புகார்கள் சொல்லிப் புலம்பலாம்
துயர நிமிஷங்களில்
நடுங்கும் கைகளில் முகம் புதைத்துக் குமுறலாம்

எனினும்
முதுகை இறுக்கும் பாறைகளின் கீழ்
ஊன்றி நிமிரப் போதும்
வெறும் கையகல நம்பிக்கை

## இங்கே இருக்கிறேன்

விசாரிப்புக்கு நன்றி
எறும்புகள் சுமந்து போகும் பாம்புச் சட்டைபோல
நகர்கிறது வாழ்க்கை

சிறகுகளுடன் முட்டைக்குள்ளிருப்பது அசௌகரியம்
யத்தனித்தால்
பறக்கக் கிடைக்கும் வெளியோ
கொசு வலைக்குள் அடக்கம்

தைத்த அம்புகளைப்
பிடுங்கிவிடுகிறேன் அவ்வப்போதே
ஆனாலும்
வலிகள் இதயத்தின் தசையைக் கழிக்கின்றன

இப்போது அன்பு –
ஊதாரிப் பிள்ளை வீடு திரும்பக் காத்திருக்கும்
கருணையோ
சாகாத பிடிகடுகுக்காய் நடந்த
ஆற்றாமையோ
தொட்டில் இல்லாமல் வந்த குழந்தைக்கு
சவப்பெட்டி வாங்கக் காசில்லாத
தவிப்போ அல்ல

இப்போது அன்பு –
சவரக்கத்தியின் பளபளக்கும் கூர்முனை
யதார்த்தம்
கழைக் கூத்தாடியின் வளையத்தில் சிக்கிய
உடலாய் நெளிகிறது

எனினும்
இங்கே இருக்கிறேன் நான்:
துயர்தாளாமல் சிந்தும் கண்ணில் ஈரமாய்
தாமதமாகும் ரயிலுக்குக் காத்திருப்பவனின் பதற்றமாய்
சிகரத்தை அடைந்த சுருதியின் சிலிர்ப்பாய்
தற்கொலையின் தோற்றவனின் மௌனமாய்.

## உதகமண்டலம்

சரணாலயத்துக்கு வரும் பறவை போல
இந்த மலைநகரத்துக்குத் திரும்பத் திரும்ப வருகிறேன்

பரு வெடித்த மனித முகமாய்
மாறியிருக்கிறது இந்த நகரம்
எனினும்
தைல வாசனையுள்ள காற்றுகளில்
கரைந்திருக்கிறது என் இளமை நினைவுகள்

வலுவற்றது
ஆயிரம் வருடக் களிம்பேறிய என் கைமொழி
உன் பிரியத்தைச் சொல்ல

ஊதாநிற மேமலர்கள் சிதறிய வழிகளில்
கதைகள் சொல்லி நடந்த நீ
நீர்கசியும் பாறைகளின் இடையே நீளும்
இருப்புப் பாதைகளில் மனிதர்களைச் சொன்ன நீ
இங்கே இல்லை

பறக்கும் கழுகின்   கால்களில் சிக்கிய
துடிக்கும் இதயம் நான்

முலைகள் தொய்ந்த நீ –
புழுக்களின் எச்சம் மட்கிய அரசாங்கக் காகிதங்கள்
விளிம்புகள் ஒடுங்கிய கரிப்பாத்திரங்கள் அல்லது
உன் குழந்தையின் மூத்திரத் துணிகளுடன்

எளிமையானது உன் அன்பு
நடு ஆற்றில் அள்ளிய தண்ணீர் போல

(ஸுமதிக்கு)

## காலி அறை

சொல்லித்தந்ததோ
கற்றுக்கொண்டதோ போல இல்லை
வாழ்க்கை – அது
குழந்தைக் கதையில் மந்திரவாதி எங்கோ ஒளித்து வைத்த
உயிர்

சில புத்தகங்கள்
சில நினைவுகள்
காயங்களில் தடவிக்கொள்ள மருந்து தரும் இசை
யந்திரம்
வியர்வை நாறும் சட்டைகள்
உறவுகளின் பதிவுகள்
எல்லாமிருந்தும் காலியாகவே இருக்கிறது அறை
தலையிலிருந்து முதுகெலும்பு வழியாக
நேராக வெட்டப்பட்ட பிணம் நான்
ஒரு கிளியாய்ப் பறந்து
சுவர்களில் மோதுகிறது உயிர்

பூட்டப்பட்ட பெட்டியில்:

பிழைப்புக்காய்த் தயாரித்த முகம்
அடிபட்டு கன்றிய புன்னகை
இறந்த கடவுளின் மண்டையோடு
சீட்டுப் போட்டுப் பகிர்ந்த அங்கி
நம்பிக்கையின் புல்லாங்குழல்
பிரியத்தைச் சொன்னவளின் வாழ்த்து அட்டை

எல்லாமிருந்தும் காலியாகவே தெரிகிறது அறை
பூக்களில் வழியில் ரத்தத்துக்கும்
துடைக்க நீளும் சுட்டுவிரலுக்கும்
இடையில்
பறந்து தடுமாறுகிறது கிளி

# கோடைகாலக் குறிப்புகள்

**1**

எல்லாப் புன்னகைகளும் மண்டையோட்டின் முகத்தில்
 ஒட்டப்பட்டவை
எல்லா உறவுகளும் உலோகக் கம்பிகளால்
 பின்னப்பட்டவை
எல்லா வழிகளும் குரோதமுனையுள்ள கற்களால்
 பாவப்பட்டவை
எல்லா நட்புகளும் துவேஷத்தில் முடிவடைபவை
எல்லாக் கடவுள்களும் சூதாட்டத்தில் என்னைத்
 தோற்கடிப்பவை

நான் போன ஊரில்
நதி வறண்டுபோய்க் கிடந்தது

பட்டறைச் சாயம் கலங்கிய சேற்றில்
அழுகிய பூக்கள்
மரணம் உடைந்த மண்குடம்
நொறுங்கிய வளையல்கள்
முட்புதரில் ரத்தம் படிந்த பெண்ணின் உள்ளாடைகள்
கரை வெயிலில் இறந்த மீனின் எலும்புகள்
அரைகுறையாய் புதைக்கப்பட்ட அனாதைப் பிணம்

நதி
காலத்தின் உருவகம் என்றால்
நாம் வாழும் காலம் – சிதிலங்களின் மைதானம்

**2**

ஒரு பிரம்மாண்ட சிலந்திபோல
கான்கிரீட் காடுகளுக்கு மேல் அசைகிறது சூரியன்
வெயில்
எலும்புகளுக்குள்ளும் நுழைந்து கருணையைக்
                              கொல்கிறது
என் நம்பிக்கைகள் வற்றிக்கொண்டிருக்கின்றன

பறவைகள் உலர்ந்த குரலில் புலம்புகின்றன
காலிக் குடங்கள் அலறுகின்றன
கோபத்துடன் நிமிரும் கைகளில் விலங்குகள்
                              பளபளக்கின்றன
வயிற்றிலடிக்கப்பட்டவர்களின் ஊர்வலங்கள் நகர்கின்றன
தார்ச்சாலை உருகி
பாரவண்டிக்காரனின் கால்கள் புதைகின்றன

காற்றைக் கடந்தன யாருடையதோ சொற்கள்:
'கொடுமையானது
இந்தக் கோடைக் காலம்'

இல்லை
எப்போதும் நாம் வாழ்வது கோடைக் காலத்தில்

### 3

இரண்டு ரொட்டித் துண்டுகளின் நடுவிலிருந்து
தொடங்கியது இன்றைய அலைச்சல்

தான் தட்ட விரல் மடித்த கதவு பூட்டியிருந்தது
நான் வந்த வழிகளின் வேலிகள் பற்றி எரிந்தன
நான் முறையிட்ட காது அறுத்து எறியப்பட்டிருந்தது

எனக்குக் கிடைத்தவை:
புன்னகையின் பொய்கள்
தோல்வியின் கசப்புப் பானம்
அவநம்பிக்கையின் வாக்குறுதிகள்

நண்பா –
திரும்பிப் போக முடியுமா?
சங்கீதம் மௌனத்துக்கு
பறவைகள் முட்டையின் பாதுகாப்புக்கு
மரங்கள் விதையின் உறக்கத்துக்கு
நாம் தாயின் கருப்பையின் பரிவுக்கு

எரியும் இந்த உலகம் விரட்டுகிறது

**4**

அப்பா
உன்னுடைய மனிதமுகம் கழன்று
கழுதைப் புலியாகி நெடுநாட்களாயிற்று

எனக்கு மூலம் நீதான்
எனினும்
பறவைகள் ஒருபோதும் முட்டைக்குத் திரும்புவதில்லை

என் சிறகுகளை அறுக்க வாளோங்கியவன் நீ
நான்
வாள் முனையில் காலுதைத்துப் பறக்கத் தொடங்கியவன்.
என் சங்கீதத்தின் ஊற்றை அடைத்தவன் நீ
எனினும்
ரத்தத் துடிப்புகளுக்கு இடையில் அது எதிரொலிக்கிறது

உன் போதையும் புறக்கணிப்பும் பொறுப்பின்மையும்
நிராதரவாய் உன்னைக் கொல்லலாம் ஒரு நாள்
நான்
வெறும் வழிப்போக்கனாய்ப் போகலாம்

எனக்கு உன்னிடம் பகையில்லை
அன்பைப் போலவே

5

இன்று எங்கும் போவதற்கில்லை
வெளியில் கதிர்க்கொள்ளிகள் உதிர்கின்றன

இன்று கூடுபாயக் கிடைத்தவை:
சூரியனுடன் தேநீர் பருகியவனின் காதல் கடிதங்கள்*
மரணத்தின் பீடபூமிக்குப் போக அம்மாவிடமும்
                              தோழியிடமும்

விடைபெற்றவனின் கவிதை**
வயலினிலிருந்து பெருகிய நதியில் மிதந்த
தோணியில் ஓர் இடம்***

எங்கோ
மழைக்காகக் காத்திருக்கிறது வெடித்துப்போன நிலம்

---

\* மயாகாவ்ஸ்கியின் காதல் கடிதங்கள்
\*\* இருப்பத்தொன்றாம் வயதில் தற்கொலை செய்துகொண்ட மலையாளக் கவிஞன் சனில்தாஸ். ஸீ.எச்.
\*\*\* லால்குடி ஜெயராமனின் இசைத்தட்டு – மத்யமாவதி ராகம்.

## 6 ஜூலை 1984

இன்று எனக்காகக் காத்திருந்தது
என் பிரியமான மனிதர்கள் மட்டுமல்ல –
மரணத்தின் கெக்கலிப்பாய் ஒரு கடிதமும்

அவ்வாறாக
ஒரு கவிஞனின் வாழ்க்கை கிணற்றில் மூழ்கி
முடிவடைந்தது

காட்சி முடிந்த அரங்கில்
நாற்காலி மீது விடுபட்டுப்போன புத்தகம் போல
அவன் கவிதை

'ஸ்ரீசக்ர ராஜ சிம்மாசனேச்வரியில்' மிதந்த*
அவன் முகம்
புறப்பட்ட ரயில் பெட்டிச் சதுரத்தில்
புன்னகையுடன் கையசைத்துப் பின்தங்கிய
அவன் முகம்
இனி உறைந்த படங்கள்

ஒரு பரந்த நிலம் காத்திருந்தது
அவனுடைய ரோஜாப் பதியன்களுக்காக
இனி வெடிப்புறும் அந்த நிலம்
நொந்து புலம்பும் ஒரு வாய்

கடந்து போனதற்கும்
எதிர்காலத்துக்கும் நடுவில்
இந்த நாள் ஒரு கசியும் காயம்

---

* ஆத்மாநாம் விரும்பி ரசித்த ராகமாலிகை ஒன்றின் தொடக்கம்

## கையில் அள்ளிய நீர்

அள்ளி
கைப்பள்ளத்தில் தேக்கிய நீர்
நதிக்கு அந்நியமாச்சு
இது நிச்சலனம்
ஆகாயம் அலைபுரளும் அதில்
கை நீரைக் கவிழ்த்தேன்
போகும் நதியில் எது என் நீர்?

### கனவுக் கவிதை

என் போலிருந்த இருவர் பேசுவதைக்
கனவு கண்டேன்
அருகில் போக
அவர்களும் கனவு ஒன்றை
விவாதிக்கக் கண்டேன்
ஆனால் சொன்னவன் ஊமை
கேட்டவன் குருடன்

# பயணியின் சங்கீதங்கள்
## 1991

## பெயர்களின் கவிதை

பெயரில் என்ன இருக்கிறது?
சரிதான்,
எனினும்
பெயரற்று என்ன இருக்கிறது?
ஆதிமனிதன் போல ஒரு நாள்
பெயரிடத் தொடங்கினேன் ஒவ்வொன்றுக்கும்

வெளிச்சத்துக்கு
சொல்லுக்கு, சொல்லின் இருளுக்கு,
மலையின் மௌனத்துக்கு,
மரங்களின் கருணைக்கு,
கானகத்தின் இலைகளுக்கு,
காற்றின் பாடலுக்கு,
புல்லின் எளிமைக்கு, பூக்களின் புன்னகைக்கு,
கடலின் அலைகளுக்கு, மணலின் துவர்ப்புக்கு,
பாதைகளின் தொலைவுக்கு,
உணவின் சுவைக்கு,
முலைகளின் தாய்மைக்கு,
இசைக் கருவியின் இதயத்துக்கு,
மழையின் சுருதிக்கு, நதியின் அழுக்குக்கு,
பறவையின் சிறகுகளுக்கு,
வேட்டைநாயின் கண்களுக்கு,
பூச்சிகளின் பிரபஞ்சத்துக்கு,
சூரியனின் கடிகாரத்துக்கு,
நட்சத்திரங்களின் முணுமுணுப்புக்கு,
வாகனத்தின் சக்கரங்களுக்கு,
பேய்களின் பாதச்சுவடுகளுக்கு,
வெளியின் தனிமைக்கு, வீட்டின் அணைப்புக்கு,

நட்பின் பானக் குவளைகளுக்கு,
காதலின் கணங்களுக்கு,
கம்ப்யூட்டரின் இணைப்புக்கு,
கழிப்பறையின் நாற்றத்துக்கு,
கடவுளின் பாடைக்கு,
நண்பர்களின் பெயர்களுக்கு.

முகங்களின் ஊர்வலத்தில்
குதூகலித்து அலைந்தேன்.
‘யார்’ என்று அதிர்ந்தது குரல்
‘மனிதன்’
‘த்சொ’ என்று அகன்றது காலத்தின் நோய்.
நமக்கு
என்னவென்று பெயரிடுவோம் நாம்?

# இந்த நூற்றாண்டு : மூன்று காட்சிகள்

### காட்சி : ஒன்று

மனிதர்களைப்போல் வெட்டப்பட்டிருந்தன மரங்கள்
அடிமரங்களில் இன்னும் ரத்தக் கசிவு

நேற்று
இந்த வழியில் அபூர்வமான உதயம்:
மலை விளிம்பில்
சூரியனுக்குப் புராதன மனிதனின் புன்னகை.
பறவைகளின் கூத்தடிப்பு
நிழல்களின் காருண்யம்
இலைக் கடல்களின் அலைத் தொடர்கள்
காற்றின் பக்கங்களின் பூக்களின் கோஷங்கள்

இயற்கை – மனிதனின் ஆதிக் குதூகலம்

இன்று
இந்த வனம் பாலைவெளியாய்ப் பற்றி எரிகிறது
அறுபட்ட மரங்களின் இடையில்
வெயில் ஊளையிட்டுத் திரிகிறது

மரங்களின் காயங்களில் நிரபராதியின் மௌனம்
அரசாங்கக் காகிதங்களில் வெட்டியானின் அகங்காரம்
மரங்களுக்கும் மனிதர்களுக்கும் நடுவே கோடரிகளின்
                                                                    மின்னல்

இந்தப் பாழ்நிலத்தின் மீது
பதற்றம் சிறகடிக்கிறது

**காட்சி : இரண்டு**

ஒரு பரிசோதனைக் குறிப்பு:
நமது நூற்றாண்டு
மூர்ச்சையுற்றுக் கிடக்கிறது
ஆபரேஷன் மேஜையில் – அதற்கு
மூச்சுத்திணறல், நுரையீரல் கோளாறு,
நாம் காத்திருக்கிறோம்
சவக்கிடங்குக்கு அருகில்.

**காட்சி : மூன்று**

அந்த நகரத்தின் இரவு
சாவின் கையிலிருந்து விழுந்து உடைந்து
பிணவாடை எங்கும்

தேவாலயத்தின் கடைசி மணி
அவலக் குரல்கள் மீது திரையாய்க் கவிந்தது
பீடத்திலிருந்து பெயராத கடவுள்
திறந்த கண்களை அடைத்துக்கொண்டான்
அகாலத்தில் கூடு திரும்பிய பறவைகள் இறந்தன
இருந்த நிலையில் உறைந்தன விலங்குகள்
அசைவற்று மரித்தன தாவரங்கள்

விஞ்ஞானம் முன்னேறிற்று அடுத்த கட்டத்துக்கு
இறந்த மனிதர்களை இழுத்துக்கொண்டு
காற்றின் சக்கரங்களில் தாவி விரட்டியது சாவு
மனிதக் கால்களில் உயிரின் பிரளயப் பாய்ச்சல்

அந்த மயானத்தில் விடிந்தது நாள்:
விஷ மேகங்களில் நரைத்த சூரியன்
பிணக்குவியல்களில் நெருப்பின் நிரபராதித்துவம்
செய்தித் தலைப்புகளில் இன்னுமொரு புள்ளிவிவரம்
அரசாங்கக் காகிதங்களில் வெட்டியானின் அகங்காரம்

சாவின் அரூபவலை வெளியெங்கும் அலைகிறது
இழப்பின் பெருங்குரல் திசைகளில் ஒடுங்குகிறது
மரங்களைப் போல் அடுக்கப்பட்டிருந்தனர் மனிதர்கள்

## உன் பெயர்

உன் பெயர்

கபாலத்தின் உட்கூரையில் கிளைத்து
என் நாளங்களில் மிதக்கும் சங்கீதஅதிர்வு
என் தனிமைப் பாலையில் துணைவரும் நிழல்
என் கதவருகில் நின்று தயங்கும் புன்னகை
காணிநிலத்தில் ததும்பும் நிலவின் ஒளி

உன் பெயர்

இன்று என் உற்சாகங்களை மூடும் வலை
என் காதை அறுத்துத் தரச்சொல்லும் விநோதக்
கோரிக்கை*
கொய்யப்பட்ட என் சிரசை ஏந்தும் சலோமியின்
தாம்பாளம்**
என் இதயத்தைத் துளைக்கும் அன்பின் விஷம்
தடவிய வாள்.
நீயே என் ஆனந்தம், அலைச்சலில் ஆசுவாசம், குதூகலம்
நீயே என் துக்கம், பதற்றம், பிரிவின் வலி

காலம் அறியும்:
உன் பெயர் வெறும் பெயரல்ல எனக்கு

நீயே அறிபவள்:
நான் வழியில் எதிர்ப்பட்ட வெறும் பெயரோ உனக்கு?

உன் பெயர்
இந்த இரவில் காலி அறையில் மாட்டிய கடிகாரம்

---

\* தனது காதலிக்குப் பரிசாகக் காதை அறுத்துத் தந்த வான்கோ என்ற ஓவியன்.
\*\* யோவானின் தலையை அன்பளிப்பாக வேண்டிய பையிள் பாத்திரம்

## தனிமை இரக்கம்

வந்து போகின்றன பருவங்கள் தடம்புரண்டு
வசந்தம் நாட்கணக்கில்
எனினும்
வருடம் முழுவதும் இலைகள் உதிர்கின்றன
வெற்றுக் கிளைகளாய் நிமிர்ந்து
கபாலத்தைப் பெயர்க்கிறது தனிமை

திசைகளில் விழித்து நிராதரவாய் வெறிக்கின்றன
உனது நீர்த்திரைக் கண்கள்
அலைகளின் இடைவேளைகளில் உயிர்த்துத் ததும்புகிறது
உனது சோக முகம்
காலடி மணலின் துகள்கள் பிளந்து அலைகிறது
உனது பெயரின் தொனி

வேட்டை நாய் விரட்டல்,
இளைப்பாறுதலின் சங்கீதம் என
அகல்கிறது நாட்களின் நடை

வெளியில் போகிற எப்போதும்
காயம்படாமல் என் கிளி திரும்பியதில்லை
இதோ உன்னிடமிருந்தும்
ஆனால் அலகில் நீ பரிசளித்த நெற்கதிர்

## முதற் பெண்ணுக்குச் சில வரிகள்

இரவின் திரைக்குள் மறையும் திசைகள்
இரண்டு அலைவேளைகளுக்கு இடையில் மௌனம்
அல்லது
இரண்டு மௌனங்களுக்கு இடையில் அலைமீட்டல் என
கரையின் புறங்களில் கடலின் முடிவற்ற சங்கீதம்

உனது பிம்பம்
நிலைக்கண்ணாடியிலிருந்து வெளிக் கிளம்பி வந்தது போல்
நடந்து மறைந்தாள் எவளோ

இதோ
நீ எதிர்ப்பட்ட அநாதி காலத்தின் ஏதோ ஒரு நொடி
ஆனந்த வெளியாக ஒளிததும்பி
நிற்கிறது நினைவில்

இதோ
பார்வையில் அகலும் பெண்முகங்களில் எல்லாம்
உனது நீர்த்திரைக் கண்களைத் தேடி அலுக்கிறது
பொழுதின் தனிமை

பரிசுப் பொருட்களுடன் குதூகலமாய் வந்தவர்கள்
மயானம் கலைபவர்களாய்ச் சொல்லாமல் போகிறார்கள்

நட்போ, காதலோ
இப்படித்தான் வாய்க்கின்றன பெண்ணே
எனது உறவுகள்

இப்போதும்
நீ வரலாம் என்று திறந்து வைக்கும் கதவுகளில்
வெறுமையின் தாள ஒலி

இப்போதும்
மறதியின் இருளில் மெல்லச் சரியும் நாட்களின் விளிம்பில்
உனது மூக்குத்தியின் அலையும் சுடர்

உனது நேசப்பெருவெளி பசுமை தீய்ந்து
பனியில் உறைந்தது எப்போது?
உனது அன்புப் பிரவாகம் உலர்ந்து
பாறைகளின் மௌனம் திரண்டது எப்போது?

கானல்கள் உன் பதில்கள்
அறிந்தும்
என்னோடு அலைகின்றன கேள்விகள்

இனி
காத்திருக்கப் பொறுக்காது கடலின் சங்கீதம்

நாளை
நமது நேசத்தை ஒப்படைக்கப் போகிறேன்
காலத்தின் காட்சி சாலையில்

எங்காவது
எப்போதாவது
வழிகள் கலைந்து பிரிகின்றன உறவுகள்

இனி
காற்றில் ஆறும் காயங்கள்
வடுவாக மிஞ்சும் உன் பெயர்

இவ்வளவும் ஏன்
இன்னும் நான் நேசிக்கும் முதல் பெண் நீ.

## அர்ப்பணம்

உன் புகார்கள் எதிலும் பொய்யில்லை

'ரகசியங்களின் கிடங்காக நடமாடுகிறாய்'
(விஷக்காற்று சுவாசப் பைகளை அரிக்கிறது)
'கவசங்கள் அணிந்து உலாவப் போகிறாய்'
(பளு அழுந்திக் கால்களை முறிக்கிறது)

உன் புகார்கள் எதிலும் பொய்யில்லை
எனக்கும் ஆசைதான் –
கைகளில்
பறவைகள் கூடுகட்டும்
கருணையுள்ள மரமாக நிலைக்க

இருப்பது கைப்பிடித் தானியம்
எனில்
பாறைகளில் விதைக்க மனமில்லை எனக்கு

முகமூடிகள் எதுவுமற்று நான் இருக்கையில்
வா
(வாய்ப்பதுண்டா ஒரு கணம் நமக்கு அவ்விதம்)

அப்போது
'என் மாமிசம் உன் பசிக்கு அப்பமாகலாம்
என் இரத்தம் நீ பருகப் பானமாகலாம்'

அப்போது
உன் முகம் எனக்கும்
என் முகம் உனக்கும்
மாறியிருக்கும் கண்ணாடிகளாய்

## பயணியின் சங்கீதங்கள்

ஒரே துன்பியல் நாடகத்தில்
நாம் வெவ்வேறு பாத்திரங்கள்
எனவே
எனது 'நான்' என்னுடையதல்ல
காற்றுப்போல் புறவயமானது

அலைய விதிக்கப்பட்டவன் பாக்கியவான்
அவன் அமைதியற்றவன்
அமைதியில்லாதவன் பாக்கியவான்
அவன் வாழ்க்கையின் முன் ஒரு சவால்

சந்தோஷத்தின் நடைபதை மூன்றடி தூரம்
துயரத்தின் பாலைவெளி முடிவற்ற நீளம்
நான்
காளவாயிலிருந்து வெளியேறிய பெருமூச்சு
கனற் குவியலில் விழுந்த கண்ணீர்

எனது நிலக்காட்சி மாறிக்கொண்டிருக்கிறது:
அங்கே
வற்றிப் போயிருக்கிறது நதியின் சங்கீதம்
அங்கே
கூடுகள் தகர்ந்து அலைகின்றன கிளிகள்
அங்கே
எரியும் நிலத்தின் உருகுகின்றன தாவரங்கள்
எனது பிரக்ஞை
சந்தை நெரிசலில் ஊன்றுகோல் தொலைத்த
          குருடனாய்த் தடுமாறுகிறது

மன இரவின் இருளைக் கடந்து
கேட்கிறது கடிகாரத்தின் அலறல்:
'காலம் கடந்துகொண்டிருக்கிறது'

இன்னொரு பகல் உதிர்கிறது
அடிபட்ட பறவையின் இமைபோல் இறங்குகிறது.
இருள்,
மாலையின் கோலாகலங்களை வெறிக்கூச்சலால்
பிளந்து சிதறி

ஒரு பைத்தியக்காரன் ஓடுகிறான்

எனது காலமே
உன் நிழலில் பைத்தியங்களே கவலையற்றவர்கள்

சிதிலங்களிலிருந்து ஊற்றெடுக்கும் எனது பாடல்
காயங்களின் இரும்பு நெடி வீசும் எனது சொற்கள்
கசப்புப் பழங்களே விளையும் எனது சமவெளிகள்

இங்கிருந்து புறப்பட வேண்டும் நான்
போராட்டம் –
எனினும் பயணமே நமது ஆறுதல்

இங்கே கேட்டேன்:
'இன்னும் நேரமாகவில்லை இன்னும் நேரமாகவில்லை'

எனினும்
காற்றில் நாள்தோறும் அதிகரிக்கிறது
கதறல்கள், பெருமூச்சு, அதிருப்திப் புலம்பல்கள்
கண்ணீரின் உப்பு வாடை

எனது நம்பிக்கையோ
கம்பிமேல் நடக்கும் கூத்தாடியின் கைமூங்கில்

இருளைக் கடந்துவந்து வேறாகக் கேட்கிறது
கடிகாரத்தின் குரல்:
நெடுங்காலம் புகைந்துகொண்டிருப்பதைவிட
'பற்றி எரிவதுமேல்
ஒரு கணம் எனினும்

## கண்கள்

'மாபெரும் வதைக்கூடம் இந்த உலகம்'
நிஜந்தானா
அல்லது
என் பார்வையில் கோளாறா?
குழந்தையின் கண்கள்
அல்லது
குருடனின் கண்கள்
வாய்த்திருக்கலாம் எனக்கு

கோளாறு பரவிக் குலைந்தன புலன்கள்
அதிருப்தியின் நாட்களே விடிந்தன தொடர்ந்து

அம்மா
உன்னிடம் சுரந்த பாலில் இனிமையில்லை
சகோதரர்களே
உங்கள் அணைப்பில் நேசத்தின் ஆறுதலில்லை
நண்பர்களே
உங்கள் கைகுலுக்கலில் பரிவின் இறுக்கமில்லை
பெண்ணே
உன் காதலில் கனிவின் மணமில்லை
மனிதர்களே
உங்கள் புன்னகையில் ஒளியின் உயிரில்லை
பூமியே
உன் கருணையில் தாய்மையில்லை

'அசையும் சாம்பல்நிற ஓவியம் இந்த உலகம்'
நிபுணர்கள் சொன்னார்கள்:
உன்னிடம்தான் கோளாறு
கறுப்பு நிற ஓவியமாய் உலகம் ஸ்தம்பிக்கும் முன்
கண்களை மாற்று

குழந்தைக் கண்களின் நிஷ்களங்கம்
அல்லது
குருட்டுக் கண்களின் ஜடத்துவம்
வாய்த்திருக்கலாம் எனக்கு

எனக்கு வாய்த்தவை –
புகையும் பலிபீடத்துக்கும்
ஆப்ரகாமின் வஞ்சகத்துக்கும் நடுவே
மிரண்டு பதறும் ஈசாக்கின் கண்கள்

சுகுமாரன் கவிதைகள் 77

## திரும்ப வந்தவர்கள்

அதோ
எரியும் காட்டிலிருந்து தப்பிய பறவைகள் போல
அவர்கள் வருகிறார்கள்
பொசுங்கிய முகம்

சாம்பல் உதிரும் உடையுடன்
தெற்கிலிருந்து வந்தவன் இவன்
என் தோட்டத்தில் நட
ஓர் எருக்கஞ் செடியைக் கொண்டுவந்திருக்கிறான்
நமது கனவுகளின் மயானத்தில்
எருக்கஞ் செடிகள் ஏராளம் விளைகின்றன

கிழக்கிலிருந்து வந்தவள் மீது
என் தாயின் கருப்பைச் சுகந்தம்
ஆனால்
அவள் நீட்டிய ஆரஞ்சுச் சுளைகள்
இரத்த நிறம், மாமிசச் சுவை

நமது சகோதரத்துவம்
இரத்தம் உறிஞ்சிப் பூத்துக் குலுங்குகிறது

மேற்கிலிருந்து நிர்வாணமாக வந்தவள் இவள்

என் முத்தங்களின் ஈரம் பதிந்த உடலில்
காற்றின் நகங்கள் செதுக்கிய வடுக்கள்

அவள்
அவிழ்த்து வைத்த பொட்டலத்தில்
நான் பரிசாக முன்பு அறுத்தளித்த என் காது
அவளுடைய பழைய சொற்கள் தேக்கி
சீழ் கோர்த்திருந்தது அதில்

நமது காதற் காலம்
முட்கள் நிலைத்துக் கிளம்பேறி
அடகுக் கடைப் பெட்டகத்தில் துருப்பிடிக்கிறது
இதோ
வடக்கே போனவன் முடமாகித் திரும்புகிறான்
மழிக்கப்பட்ட அவன் தலையில்
கசாப்புக் குறி
அவனுடைய ஆட்டுக் குட்டியின் கண்களில்
அரிவாளின் மின்னல்

நமது காருண்யம்
பலிபீடத்தில் ஈ மொய்த்துக் கிடக்கிறது

இங்கே
இருளின் மௌனம் புலம்புகிறது
காத்திருப்போம்
நாளை அல்லது நாளை அல்லது நாளை
ஒளியின் புன்னகை விடியும்

## அவரவர் வீடு

ஒரே வீட்டில் வாழ்கிறோம் நாம்
ஒரே வீட்டில் வாழ்ந்தாலும்
ஒரே வீட்டிலும்
ஒவ்வொரு வீட்டில் வாழ்கிறோம்

என் வீட்டுச் சுவரில் உன் படம்
எனினும்
உன்னுடையதல்ல எனது வீடு
உன் வீட்டுச் சுவரில் என் படம்
எனினும்
என்னுடையதல்ல உனது வீடு

எனக்கு என் வீடு
உனக்கு உன் வீடு

என் வீட்டுக் கதவு வழியாக
நீ நுழைய முடிவதில்லை
உன் வீட்டுக் கதவு வழியாக
நானும்.

நான் வீடுகளில் வாழ்கிறோமா?
அல்லது
வீடுகளின் காவலில் இருக்கிறோமா?
எனக்குப் புரியவில்லை
உனக்கு?

## கடைசிக் கவிதையின் முதல் வரி

என் காலத்தின் கனவுகள் ஒளிரும் ஒரு வரியை
என் உயிரின் வாசனை வீசும் ஒரு வரியை
இதில்தான்
இந்தக் குறிப்பேட்டின் ஏதோ பக்கத்தில்தான்
என் கடைசிக் கவிதையின் முதல் வரியை எழுதி
                                        வைத்தேன்
ஆலிலை ஒன்றால் அடையாளம் வைத்திருந்தேன்

இன்று அந்த வரி
காகிதத்திலிருந்து இலைநரம்புகளில் இடம் மாறி உயிர்த்தது

காகிதத்தில் ஓடியது நரம்பா?
இலைகளில் படர்ந்தது வரியா?
ஒவ்வொரு நரம்பிலும் ஒரு கிளை
ஒவ்வொரு கிளையிலும் ஒரு இலை
காகித வெளியில் விழுந்தூன்றி நிமிர்கிறது ஆலமரம்

காற்றில் கமழ்கிறது
என் உயிரின் வாசனை வீசும் ஒரு வரி
இலைகளில் சுடர்கிறது
என் காலத்தின் கனவுகள் ஒளிரும் ஒரு வரி

அது
என் கடைசிக் கவிதையின் முதல் வரி

## முடிச்சு

துரோகத்தின் முள்ளும்
காமத்தின் பட்டும்
இழைந்து தொடுத்த விநோதச் சரடு
நம் உறவு

வருடங்களின் தயக்கத்துக்குப் பிறகு
வயதுகளின் இடைவெளி கடந்து
ஒரு குற்றவேளையில்
பரஸ்பரம் உணர்ந்தன நம் உடல்கள்

நாம்
காதலின் சமிக்ஞைகளுக்கு சமர்ப்பிக்கப்பட்டவர்கள் அல்ல
காமத்தின் நாண்
விசை கிளர்ந்து வீழ்த்திய சவால்கள்

இரு ஜதை உதடுகள் கரைந்து
தேங்கிய ஒரு கணம்
முடிவற்ற வசீகரக் கடல்

இப்படுக்கை மீது
நெகிழும் பாறைக் கூட்டம் உன் உடல்
உன்னை அரித்தோடிய வெந்நீர் நதி நான்

இந்த அரையிருளில்
துவளும் மார்பும் குழையும் நாபியுமாய் நீ
வலியச் சரணடைந்த நிலம்
எனக்கோ
வென்றவனின் மனவெறுமை

'அன்புக்கு ஒழுக்கம் கவசமில்லை'
என் குரல்
எதிரொலிக்கிறது உன் குரலில்

எனினும்
நிறைவின் திரையோடிய
உன் கண்களின் நிழலில் ஒரு முள்
இந்திர விழிகள் திறந்து நாறுகிறது அகல்யா!
என் உடல்

என் ஏதோ நரம்பில் இறுகுகிறது
புராணப் பிசுக்கேறிய உன் தாலிக் கயிற்றின் முடிச்சு.
அவிழ்க்கவும்
அறுக்கவும் முடியாமல்

## யுக தர்மம்

*சாம்பற் புகை*
*புறங்களில்*
*தீ அவிந்த வாடை*

*வெந்து தணிந்தது காடு*
*தத்தரிகிட தத்தரிகிட தித்தோம்*

*மிஞ்சினோம் நானும் நீயும்*
*எதிரெதிர்த் திசைப் பயணிகள்*

*விடைபெறக் கைகுலுக்கியபோது உணர்ந்தேன்*
*'எவ்வளவு மென்மை உன் தசை'*
*முத்தமிட்டபோது அறிந்தேன்*
*'எவ்வளவு இனிமை உன் மாமிசம்'*

*உன்னைப் புசித்தபின் பிரிகிறேன்*
*அதன்பின்*
*என்னைப் புசித்து நீயும்*

## கடலின் கண்கள்

ஒவ்வொரு நாளும்
உனக்கு வயதாகிக்கொண்டிருக்கிறது
ஒவ்வொரு பொழுதும்
உனது கூந்தலில் ஒரு இழை நரைக்கிறது
ஒவ்வொரு நொடியும்
உனது நட்சத்திரத்தின் புன்னகை இருள்கிறது

உனது இரு கைகளிலும்
நீயே அணிந்த விலங்குகள்
உனது இரு கால்களிலும்
நீயே பூட்டிய தளைகள்

ஒவ்வொரு விலங்கு அவிழும்போதும்
ஒரு கறுத்த தழும்பு
ஒவ்வொரு தளை உடையும்போதும்
ஒரு கன்றிய வடு

சூரியன்
உனது கதவைத் தட்டும்போது
உட்புறம் தாழிட்டுக்கொள்கிறாய்
காற்று
உனக்கான பாடலுடன் வரும்போது
செவிட்டுக் காதுகளைப் பொருத்திக்கொள்கிறாய்

ஒவ்வொரு பொழுதும்
உனக்கு வயதாகிக்கொண்டேயிருக்கிறது
ஒவ்வொரு பருவமும்
உன் மீது பனித்து விழுந்து மூடிக்கொண்டேயிருக்கிறது

எனினும்
உணர்ந்திருக்கிறாயா உன் கண்களில் கடல்களை
ஒருமுறை, ஒருமுறையாவது?

# சிலைகளின் காலம்
2000

## சிலைகளின் காலம்

ஆனால்
இது சிலைகளின் காலம்

சிலைகள்
எல்லா வழிகளிலும் முளைத்து நிற்கின்றன
சிலைகள்
காற்றின் பயணங்களைத் திசை திருப்புகின்றன

சிலைகள் அதிகம் –
போலீஸ்காரர்களைவிட
கைகாட்டி மரங்களைவிட

சிலைகள்
மரணத்தைக் கேலி செய்கின்றன
இறந்தவர்கள்
சிலைகளில் பிழைத்து வாழ்கிறார்கள்

O

ஆனால்
இது சிலைகளின் காலம்

'எங்கே போகிறீர்கள் ஐயா?'
'இன்ன இடத்திலிருந்து இன்ன இடத்துக்கு'

'திருத்திக்கொள்வீர்
இந்தச் சிலையிடமிருந்து அந்தச் சிலைக்கு
அந்தச் சிலையிலிருந்து
சிலையான சிலைகளுக்கு...'

O

ஆனால்
இது சிலைகளின் காலம்
எதிரிலிருந்து செய்கிறோம் சிலைகள்?

கல் மண் மரம் உலோகம்
எதனால் செய்கிறோம் சிலைகள்?

காலம் மனம் ஞானம் அன்பு
பயத்தின் இருளைக் குடைந்து
கடவுளின் சிலை
சொல்லின் உப்பைச் செதுக்கி
கவிஞனின் சிலை

கனவின் பனியிலிருந்து
காதலின் சிலை
இரத்தத்தின் சூரியனிலிருந்து
விடுதலையின் சிலை

ஏன் செய்கிறோம் சிலைகள்?
காலம், மனம், விரல்

O

ஆனால் இது சிலைகளின் காலம்

இந்த துரதிருஷ்டச் சிலைகளை
எதிலிருந்து செய்தோம்?

கல்லின் மௌனத்திலிருந்தல்ல
மரத்தின் கருணையிலிருந்தல்ல
காலத்தில் இதயத்திலிருந்தல்ல...

இந்தச் சிலைகளின் விரலசையில்
வழிகள் தடுமாறுகின்றன
இந்தச் சிலைகளின் உதட்டசைவில்
வார்த்தைகள் நாறுகின்றன

அழுக்கைத் திரட்டிச் செய்திருக்கிறோம்
இந்தச் சிலைகளை

ஏனெனில்
இது சிலைகளின் காலம்

## தவறு

நோக்கத்தில் பிழை இல்லை
செயலிலும் குறை இல்லை
எனினும்
சின்னத் தவறு நேர்ந்துவிட்டது
வண்ணத்துப்பூச்சிக்காய்
நீ வீசியது – மீன் வலை

## கண்ணாடிக்கு அப்பால்

என்னை இன்னொரு நபராக உணர
எனக்குப் பொருத்தமான சாதனம்
புகைப்படமல்ல
நிலைக்கண்ணாடிதான்

புகைப்படத்தில்
நான் ஜடம்
கண்ணாடியில்
நான் சலனம்

எவ்வளவு முயன்றாலும்
காமிரா முன்
புன்னகை செயற்கையாகிறது
எப்படித் தவிர்த்தாலும்
கண்ணாடி முன்
புன்னகைக்கத் தோன்றுகிறது

காமிரா முன்
இயக்கப்படுகிறேன்
கண்ணாடி முன்
இயல்பாய் இயங்குகிறேன்

எனது புகைப்படம்
எனினும் யாரும் பார்க்கலாம்
எனவே
காமிராவுக்குப் பின்
எப்போதும் பிறத்தியாரின் கண்கள்
காமிரா முன்
நான் கனவான்

கண்ணாடி முன் நான் மட்டும்
எனவே
விதவிதமாய்ச் சிரிக்கலாம்
புதுமுகங்கள் அணியலாம்
கண்ணாடி முன்
நான் கோமாளி

காமிராப் பதிவா
கண்ணாடிப் பிம்பமா
எதில் நான் நிஜம்?
இல்லை
இரண்டும் இல்லை

ஒன்றில் நான் ஜடம்
மற்றதில் நான் சலனம்

காமிராவில் பதியாத சலனத்துக்கும்
கண்ணாடியில் நிலைக்காத
பிம்பத்துக்கும்
இடையில் இருக்கிறேன்
நிஜமான நான்

## பொய்ச் சிறப்பு

பொய் அதிகம் உன்னிடம்
சொல்கிறாள் மனைவி
திரும்பிப் பார்த்தேன்
அவள் நிழல்
இரண்டாய்ப் பிரிந்து நெளிந்தது
ஒன்றில் அரிச்சந்திரனின் பிணக்கோல்
மற்றதில் காந்தியின் முறிந்த கைத்தடி

பொய் ஏன் சொல்கிறேன்?
உண்மை
ஊர்ந்து நகரும்
பொய்
ஊடுருவிப் பாயும்

பொய் எதனால் சொல்கிறேன்?
முகத்தின் ஒப்பனை
கலையாமலிருக்க

பொய் எப்படிச் சொல்கிறேன்?
அலகு குத்திய நாக்கசைத்து

எது
எனது முதல் பொய்?

எதுவாயினும்
முதல் பொய் குற்றமற்றது

ஆனால்
அது மூலம்

வயது வளரப் பொய்களும் வளர்ந்தன
நகங்களைப் போல
பொய் வளரத் தேவைகளும் வளர்ந்தன
விரல்களைப் போல

தருமன் முதல் தஸ்லீமா வரை

பொய் சொல்லாதவர் எவர்?

அயோத்தி முதல் ஆகாயம் வரை
பொய் இல்லாத இடம் எது?
புனித நூல் முதல் அரசாங்கக்
காகிதங்கள் வரை
பொய் பேசாதது எது?

ஐயா
என் மனைவியிடம் சொல்லுங்கள்

இது
பொய்களின் பொற்காலம்
இங்கே
பொய்யாத வாழ்க்கை பொய்

ஆனாலும் அதிகம் உன்னிடம்
சொல்கிறாள் மனைவி
புரிகிறது

ஒரு பொய்
நனைந்து வெளியேறும்போது
நாக்கு அரை அங்குலம்
எரிந்து சுருங்குகிறது

பொய்கள் தேங்கிய தருணத்தில்
நாக்கே பொசுங்கிப் போகலம்
அன்று நான் ஜ்வாலையின் உண்மையாக
ஒளிர்வேன்

உண்மை தாய்முலை
பொய் கட்டை விரல்
உண்மை மூச்சு
பொய் கீழ்ச் சுவாசம்

உங்கள் குசுவுக்கு
நீங்களே மூக்கை
பொத்துவதுண்டா?

சொல்லுங்கள்
பொய் சொல்லாமல்

## கபாலீசுவரம்

காலத்தின் கை
கண்ணுக்குத் தெரியாமல் புரட்டக்
காட்சிகள் மாறின

இன்றைய நகரம் பதுங்கி
நேற்றைய கிராமம் மீண்டது

சகதியில் திணறிய மீன்கள்
நீர் வரவில் மகிழ்ந்து கூவின
குளப்பரப்பில்
மீனொலி வட்டங்கள் அலைந்தன

கான்கிரீட் நிழல்களின் இடையில் முளைத்தது
தற்காலிகச் சந்தை

**2**

வியாபார இரவு ஜொலித்தது

காற்றில் விம்மும் ஒளியில்
கடைகள் இறைந்தன

மரச்செப்புகள், ரிப்பன்கள், வளையல்கள்,
பொம்மைக் கடவுள்கள்,
மண்பாண்டங்கள், பாலித்தீன் பொரிகடலை,
குங்குமக் குவியல், சந்தனச்சிதறல், கற்பூர நறுமணம்,

தண்ணீர்ப் பந்தல்கள்,
பூக்களின் வாசனைக் கிறுகிறுப்பு.

நிழல்களை இடறி விரைந்தன கால்கள்

**3**

விரகத்தில் புழுங்கிய
கற்பகாம்பாளின்
முலைகள் விறைத்தன.
மூச்சில் கமழ்ந்தது காமம்
தசை இருளில்
மின்னல்கள் ஏங்கின

**4**

அளந்து முடியா நீளமென
வௌவால்கள் தடுமாறும்
அரைவெளிச்ச மண்டபத்தில்
அடைபட்டிருந்த அறுபத்து மூவர்
மூடிய கண்களைத் திறந்தனர்
கால்களை நீவி எழுந்தனர்

அறுபத்தி மூன்று பெருமூச்சில்
அசைந்தது பிரகாரம்

**5**

அழைக்கும் குரல்கள்
இமைகளில் மோதின
கபாலியின்
மூன்றாவது கண் முதலில் திறந்தது
அனல் எழும் முன்பு
அடைத்துக்கொண்டது
மெல்ல
மானிட விழிகள் மலர்ந்தன

கற்பக மணத்தில் சிலிர்த்தது மேனி
சிலிர்த்து
திருநீற்றுச் சாம்பல் உதிர்ந்தது

காமம் கிளர்ந்து அழைத்தது மயில் குரல்
குரலின் முனைபிடித்துக்
கருவறை விட்டு எழுந்தான் கபாலி

**6**

கல்யாணக் கோலத்தில் வருகிறான் கபாலி
அவன்
தோளில் புரண்ட மாலைப் பூக்களில்
திணறி நெளிந்தது நாகம்

குமிழ் சிரிப்பில் தோளைக் குலுக்கினான்
நாகம் ஒடுங்கியது

சப்பரம் அசையக் கற்பகம் உணர்ந்தாள்
கபாலியின் மேனி

குளிர்ந்தது விழி
குழைந்தது நாபி
கனிந்தது இதழ்

கபாலியின் பார்வையில்
காதல் திரண்டது

**7**

வெயில் உருகி வியர்த்தது பொழுது
திகைத்தது ஊர்வலம்

கற்பகத்தின்
கிறங்கிய விழிகள் கனன்றன
கபாலியின்
மூன்றாவது கண்துடித்தது
அறுபத்து மூவரின்
அசையும் உதடுகள் நிலைத்தன

நாற்றக் கிடங்கிலிருந்து
வீசியது காற்று

ஈசனின் விரல்கள் நாசியை மூடின
தேவியின் மூக்கு சேலையில் ஒளிந்தது
அறுபத்து மூவரும் மூச்சை அடக்கினர்

ஆயிரம் கைகள் அசைந்து உயர்ந்தன
உயர்ந்து
ஆயிரம் மூக்கில் மூடிகள் ஆயின

**8**

அள்ளிய குளத்து நீரிலும் அழுகல் வாடை
மீன்கள்
வாய் இறுக்கித் திணறின

நீர்ப்பரப்பு
கண்ணாடித் தகடாய் உறைந்தது

**9**

துர்வாடைத் தருணம் வற்றி உலர்ந்தது
ஈசன் முகத்தில் புன்னகை விடிந்தது
தேவியின் விழிகளில் காதல் தெளிந்தது
அறுபத்தி மூவர் உதடுகள் துதித்தன

**10**

கழிவுத் துவாரப் பெருக்கு வடிந்தது
சப்பரம் நகரக்
குனிந்தான் கபாலி

துவாரத்திலிருந்து எம்பினான் ஒருவன்
மலம் ஒட்டிய உடல்
கழிவு சிக்கிய தலை
நாற்றம் வழியும் முகம்

துவார விளிம்பில் அமர்ந்து நடுங்கினான்

'ஒரு பீடி குடு... குளுருது'

துணைக்கரம் நீண்டது
'இந்தா கபாலி'

பீடிக்கையில் ஈசன் இருமினான்
இருமல்
திசைகளில் அதிர்ந்து ஓய்ந்தது

மௌனம் கவிந்தது
பிறகு
மௌனம் சரிந்து பாடல் எழுந்தது

'கபாலி என்பவனைக் காணக்
கண் கோடி வேண்டும்'

## யுத்த காண்டம்

இருண்ட காலங்களில் பாடல் இருக்குமா?
இருக்கும்
இருண்ட காலங்களைப் பற்றியதாக இருக்கும்

— பெர்டோல்ட் பிரக்ட்

எங்கே நெருப்பென்று தெரியவில்லை
எனினும்
காற்றில் அவிழ்ந்து படர்கிறது புகை
அதற்கு முன்
நாசியை அடைகிறது வாடை

'யுத்தம் வரலாம்'
பதறின குரல்கள்

'இங்கே வராது' என்றேன் உன்னிடம்
குளிர் வெயில் நதிக்கரையில் உலவினோம்

நமது நிழலின் கனம் தாளாமல்
மீன்கள் திணறுமோவெனக்
கரை தவிர்த்து நடந்தோம்

◯

புல்விரிப்பில் ஊர்கிறது புகையின் நிழல்
நாசித்துளைகள் சுருங்கின

'யுத்தம் வருகிறது'
பயந்தன குரல்கள்

'இங்கே வராது' என்றேன் உன்னிடம்
மரங்களின் கருணையில் இளைப்பாறினோம்
நமது பாதங்களின் கீழே
'ராமா' என்றலறி மடிந்தது தவளை
வருந்தி நடந்தோம்

◯

கூரைமேல் கவிகிறது புகையின் வலை
நாசிச்சுவர்கள் உரிந்தன

'யுத்தம் வந்துவிட்டது'
அதிர்ந்தன குரல்கள்

'இங்கே வராது' என்றேன் உன்னிடம்

கவசங்களுக்குள் வெந்தன நமது உடல்கள்

நமது சுழற்சியில் மோதி முறிந்தனர் மனிதர்
பயந்து நடந்தோம்

O

திசைவெளியில் இருண்டு திரள்கிறது புகை
நாசிகள் உருகி உதிர்ந்தன

'யுத்தம் நடக்கிறது'
குமுறின குரல்கள்

'இங்கே வராது' என்றேன் உன்னிடம்

உன் கேலிச்சிரிப்பில் நடுங்கின புறங்கள்
பிறகு சொன்னாய்:
'இடையறாது தொடரும் யுத்தத்தில்
இப்போது நமது முறை
கவனித்தாயா?
உன் உடல் அழிந்து கவசம் மிஞ்சியிருக்கிறது
என் கைகள் கழன்று ஆயுதமாய் மாறியிருக்கிறது'

எனில்
எங்கே எதிரிகள்?

'எனக்கு நீ
உனக்கு நான்'

## தொலைந்துபோன உலகம்

எனக்கு இருக்கிறது ஓர் உலகம்
உனக்கு இருக்கிறது ஓர் உலகம்
நமக்கு இல்லை ஓர் உலகமும்

— குஞ்ஞுண்ணி

நானோ அல்லது நீயோ
நம்மில் யார் செய்த தவறோ

காலம் விழுங்கிக் காணாமல் போனது
நமது உலகம்

அதை
கனவுக்கும் பிரமைக்கும் நடுவில் உருவாக்கினோம்
அங்கே
பனித்துளிக்கும் வெயிலுக்கும் இடையில் நடமாடினோம்

நம்மில் யார் செய்த தவறோ
நமது உலகில்
நாம் அகதிகளானோம்

○

இருவருக்கும் பொது மொழி இருந்தும்
உனக்குப் புரியாமல் நானும்
எனக்குப் புரியாமல் நீயும் பேசினோம்

நம்மில் யார் செய்த தவறோ
நமது உலகில்
நான்காவது மொழி

○

என் காலில் தளை
உன் கையில் விலங்கு
இரண்டு கைதிகளா காதலிக்க முடியும்?

நம்மில் யார் செய்த தவறோ
நமது உலகம்
குறுகிப்போனது

◯

எனக்கு நான் உற்சவம்
காரணம் நீ
உனக்கு நீ உற்சவம்
காரணம் நான்
எனினும்
கண்ணீரால் இழவு காத்தோம்

நம்மில் யார் செய்த தவறோ
நமது உலகம்
திருவிழா மறந்தது

◯

சதைக்குள் கனன்ற காமத்தைப்
புன்னகையால் போர்த்தினேன் நான்
கண்களில் அலைந்த தாபத்தை
இமைகளில் ஒளித்தாய் நீ

நம்மில் யார் செய்த தவறோ
நமது உலகம்
பரவசம் துறந்தது

◯

நாட்கள் நரைக்கத் தொடங்கிய
பின்பருவத்தில்
மிருக வேட்டை சீண்டுகிறது

'இழந்த தோழியை எவ்வளவு அறிவாய்?'
அவள் குரலின் சங்கீதம்
சருமத்தின் சுகந்தம்
ஸ்பரிசத்தின் நீர்மை
சுவாசத்தின் வெதுவெதுப்பு
மனதின் வானவில்
எதையேனும் உணர்ந்ததுண்டா?

'இல்லை!' என்று விசும்பினேன்

◯

'கனவுக்கும் பிரமைக்கும் நடுவில்
உங்கள் உலகம்' – எனவே
தரிசாயிற்று நிஜம்.
'பனித்துளிக்கும் வெயிலுக்கும் இடையில்
உங்கள் பயணம்' – எனவே
நீள மறுத்தது பாதை

தீர்ப்பளித்துக் கலைந்தது நினைவின் மிருகமுகம்

ஒருமுறையேனும்
நாம் முத்தமிட்டிருக்கலாம்
இரண்டு பூனைகள் முத்தமிடுவதுபோல

ஒருமுறையேனும்
நாம் அணைத்துக்கொண்டிருக்கலாம்
இரண்டு குஸ்திக்காரர்கள் அணைப்பதுபோல

நமது உலகம்
காலம் விழுங்கிக் காணாமல் போனது

நம்மில் யார் செய்த தவறு
நீயோ அல்லது நானோ?

## பாட்டி மணம்

வாசலிலிருந்து
நடுக்கமான ஒரு குரல் உள்ளே நுழைந்து
அழைக்கும்... 'பாபூ'

பாட்டி வருகிறாள்

ஒவ்வொரு முறை படியேறும்போதும்
பாட்டியுடன்
வாசனைகளும் படியேறும்

பாட்டிக்கு இரண்டு வாசனைகள்:
ஒன்று
பாட்டியின் சொந்த மணம்
வெற்றிலையும் திருநீறும் குழம்பிய ஒரே மணம்

மற்றது
அவள் பிரியத்தின் வாசனை
பைக்குள் பிரியத்துக்கு வேறு வேறு வாசனை

ஒவ்வொரு முறையும்
பாட்டியுடன்
ஒவ்வொரு வாசனை
படியேறும்

ஒரு சமயம்
தேங்காயெண்ணெயில் பொரித்த வாழைச் சீவல்
ஒரு சமயம்
ஆரஞ்சுப் பழம்
ஒரு சமயம்
சீனிப் புளியங்காய்
ஒரு சமயம்
வறுத்த மீன்

வாசனையில்லாத பையுடன்
ஒரு நாளும்
பாட்டியின் அழைப்பு
படியேறாது

பாட்டியிடம்
சொற்களின் வானம் இருந்தது
ஒரு சூரியனும் இருந்தது

அவ்வப்போது
சூரியன் விடிந்து
எனது சின்ன உலகில்
அநேக முகங்களை அடையாளம் காட்டியது

எத்தனை முகங்கள்...
எத்தனை நபர்கள்...

பொன்பட்டு சுற்றிய கிருஷ்ணன்
நதிக்குரலில் அழுத கர்ணன்
விரல் முறிந்த ஏகலைவன்
சிறகடிக்கும் ராஜகுமாரி
சீழ்க்காயங்களுடன் திரிந்த அஸ்வத்தாமன்
இராம சந்தேகம் விழுங்கிய சீதை
ஞானப் பானையுடன் நடந்த பூந்தானம்
கல்லை உருட்டிய நாராணத்துப் பைத்தியம்

நபர்கள் எத்தனை?
முகங்கள் எத்தனை?

பாட்டியின் சூரியன் ஒளிர்ந்து
எனது உலகம்
உருவங்களின் திருவிழா ஆனது

வாசனைகளையும்
சூரியனையும் விட்டுவிட்டு
பாட்டியிடம் ஒரு நாள் கரைந்தாள்

எனது
காட்சி மனதில் இன்று
அவளும் ஒரு படம்

ஒரே மணம் பாட்டிக்கு
என்றேனே?
தவறு

பாட்டிக்குப் பல மணங்கள்

சிரசில்
வறுத்த
தேங்காய் மணம்
முகத்தில்
சந்தன மணம்
தோளில் வியர்வை மணம்
முலைகளில்
வசம்பு மணம்
விரல்களில்
துளசி மணம்
பாதங்களில்
வேர்களின் மணம்

எனக்குப் பிடித்த பாட்டி மணம்
தொங்கிய காதுத்துளையில் முனகும்
காற்றின் மணம்
ஏனெனில்
காற்றில் மணக்கிறது என் பெயரும்
'பாபூ...'

# நீரின்றி அமையாது

திடமென்றால் இயங்குவது சிரமம்
ஆவியென்றால் அடங்குவது கடினம்
எனவே
திரவங்களால் பிணைத்தேன் உறவுகளை

ஒவ்வொரு உறவுக்கும்
ஒவ்வொரு திரவம்

தாய்மைக்கு முலைப்பால்
சகோதரத்துவத்துக்கு இரத்தம்
காதலுக்கு உமிழ்நீர்
தோழமைக்கு வியர்வை
பகைமைக்குச் சீழ்
தாம்பத்தியத்துக்கு ஸ்கலிதம்
துரோகத்துக்குக் கண்ணீர்

பிணைத்து முடிந்ததும் கை கழுவினேன்
தண்ணீரால்
மீண்டும்
அதே நீரால் பிணைத்தேன்
உன்னையும் என்னையும்

தெரியுமா உனக்கு?
உறவுகளைப் பிணைக்க
தண்ணீர் தவிர தரமான திரவம்
வேறில்லை

என் உறவுகள் எல்லாம்
தண்ணீரால் ஆனவை

ஏனெனில்
நீரின்றி அமையாது உறவு

## பூனை

மனிதர்கள் தவிர
மற்ற பிராணிகளுடன்
பழக்கமில்லை எனக்கு

எனினும்
உள்ளங்கைச் சூடுபோல
மாறாத வெதுவெதுப்புள்ள
பூனைகளின் சகவாசம்
சமீப காலமாய்ப் பழக்கமாச்சு

மயிலிறகை அடைவைத்த பருவத்தில்
கால்குலுக்கக் கைநீட்டி
விரல்கிழித்த பூனையால்
'மியாவ்' என்று நீண்ட நாள் பயந்தேன்

இதயத்தின் தசையில் மனிதக் கீறல்கள்
வடுவாக மிஞ்சிய இப்போது
பூனைப்பயம் பொய்த்துப் போச்சு

வீடு மாற்றியபோது புரிந்தது
நன்றியின் சொரூபம்
நாய்களல்ல
பூனைகள்

நாய்கள்
மனிதரைச் சார்ந்தவை
சுதந்திரமற்றவை

எப்போதோ
சிரட்டையில் ஊற்றிய பாலின் நினைவை
இன்னும் உறிஞ்சியபடி
காலி வீட்டில் பூனைக்குரல் குடியிருந்தது

பூனைகள்
வீடுகளைச் சார்ந்தவை
சுதந்திரமானவை

நாய்களின் பார்வையில் அடிமையின் குழைவு
பூனையின் பார்வையில் நட்பின் கர்வம்

உலர்ந்த துணியில் தெறித்த
சொட்டு நீர் ஓசையுடன் நடக்கும்
பூனைகளுடன் இப்போது
பகையில்லை எனக்கு

உடல் சுத்தம்
சூழ்நிலைப் பராமரிப்பு
ரசனையுள்ள திருட்டு
காதற்காலக் கதறல்
பொது இடங்களில் நாசூக்கு – என்று
பூனைகளைப் புகழக் காரணங்கள் பலப்பல

எனினும்
என்னைக் கவரக்
காரணங்கள் இரண்டு

ஒன்று:
எனக்குத் தெரிந்த
எந்தக் கடவுளுக்கும்
வாகனமாய்ப் பூனை இல்லை

இரண்டு:
பூனை கண் மூடினால்
இருண்டுவிடும் உலகம்

நானும்
கண்மூடுகிறேன் 'மியாவ்'

## வெளிச்சம்

அவனுக்கே மிகவும் பிடித்த
அவனுடைய போட்டோ
அது

நிலைக்கண்ணாடியில் பார்ப்பது போல
அத்தனை தத்ரூபம்

சட்டத்தில் திணித்துச் சுவரில் மாட்டினான்

வந்து பார்த்தவர்கள்
வியந்து சொன்னார்கள்

இடது பக்கம் நின்றவர்
"என்னையே பார்ப்பது போலிருக்கு" என்றார்

வலது பக்கம் நின்றவர்
"என்னையே பார்ப்பது போலிருக்கு" என்றார்

"படமெடுக்கும்போது பார்த்தது
காமிராவுக்கு அப்பாலிருந்த வெளிச்சத்தை"
என்றான் அவன்

இடமென்றோ
வலமென்றோ
வேற்றுமையில்லை வெளிச்சத்துக்கு

## என்பதால் மழை

மழை பிடிக்கும் எனக்கு
ஏனெனில்
நீர்க்கம்பிகளின் மீட்டலில்
இலை நடனம் நிகழும்

மழை பிடிக்கும் எனக்கு
ஏனெனில்
கூழாங்கல்லை நதி கழுவுவது போல்
தண்ணீர்க் கைகள் பூமியைக் கழுவும்

மழை பிடிக்கும் எனக்கு
ஏனெனில்
கருப்பையின் கதகதப்பை
தேடி ஏங்கச் செய்யும்

மழை பிடிக்கும் எனக்கு
ஏனெனில்
பாதங்களில் நுழைந்து
உடலுக்குள் குளிர் பெய்யும்

மழை பிடிக்கும் எனக்கு
ஏனெனில்
மூடப்பட்ட பிள்ளைப்பருவத்தின்
ஞாபகக் கதவைத் திறக்கும்

மழை பிடிக்கும் எனக்கு
ஏனெனில்
எந்த ஊரில் பெய்தாலும்
மழைநீர் ஒன்றாகவே ருசிக்கும்

## கனிவு

நாள் கணக்காய்
பக்குவப்படாமல் வெம்பும் கேள்வி
'உறவில் கனிவது எப்படி?'

சொற்கள் புகைந்த மனதில்
வாழையானேன்
மிஞ்சியது சருமம்

ஸ்பரிசங்களின் தவிட்டுச் சூட்டில்
மாங்காயானேன்
எஞ்சியது கொட்டை

உடற்காயத்தில் சுண்ணாம்பு தகிக்கப்
கலாவானேன்
மீந்தது பிசின்

இப்படிப் பழுப்பது
இயல்பல்ல

எனவே
கனியத் தொடங்குகிறேன் இப்போது
ஒட்டுறவு இல்லாத புளியம்பழமாக

## துக்க வெள்ளி

நிலவின் கீழ்
இரத்தப் படலமாய் ஒளிரும்
இந்த இரவு

துரோகப் பெருமூச்சுகளால்
புகைந்து வீசும்
இந்தக் காற்று

உலோபியின் தருமம் போலப்
பிரகாசிக்கும்
இந்த நட்சத்திரங்கள்

வெட்டப்பட்ட காயத்தின்
மரநெடி மாறாத சிலுவையில்
நேசத்தின் பொய்மைக்கும்
உண்மையின் கேலிக்கும்
இடையில்
தொங்கும் என் உயிர்

இன்னதென அறிந்தே
இவர் செய்யும் பிழைகளால்
சூதாடப்பட்டவன் நான்

முத்தத்தின் ஈரம் உலரும் முன்பே
விற்கப்பட்டவன் நான்

எனது துக்கங்களை
அந்தரங்கமாக்கினேன்
பிறர் கண்ணீரை
வெளியரங்கில் துடைத்தேன்

எனினும்
எனது இரத்தம்
தாக உதடுகளில் தண்ணீராகவில்லை
சீசாக்களில் விற்பனையாயிற்று
எனது மாமிசம்
பசிக்குடல்களில் உணவாகவில்லை
பந்திகளில் விரயமாயிற்று

இந்தப் பூமி
என்னை விற்று வாங்கிய
இரத்த நிலத்தின் விஸ்தீரணம்
இந்த ஆகாயம்
எனது நேசத்தின் வானவில்லை
ஒட்டி வைத்த ஒப்பந்த விதானம்

மனிதனாய்ப் பிறந்திருந்தால்
குற்றங்களில் குதூகலித்திருப்பேன்
கடவுளாய்த் தோன்றியிருந்தால்
தண்டனை தந்து மகிழ்ந்திருப்பேன்

என் பிறவி
வெளவாலுக்குச் சமம்
அது
விலங்கல்ல – எனினும்
விலங்கு
அது
பறவையல்ல – எனினும்
பறவை

ஒவ்வொரு மனிதனும்
முட்டைக்குள்ளேயே அழுகியவனாயிருக்கிறான்
ஒவ்வொரு சிசுவும்
வாளால் பிளந்தே கர்ப்ப விடுதலையாகிறது

தோளில் சிறகு முளைத்த
கடவுளாயிருப்பதைவிட
விரல்களில் சேற்றுப்புண்ணுள்ள
மனிதனாயிருப்பது மேல்

பிள்ளை பெறா வயிறுகளும்
பால் கொடா முலைகளும்
பாக்கியம் பெறும் தினங்கள் இவை

என் காயங்கள் ஐந்திலும்
எரிகிறது உப்புக்காற்று

என் தேவனே, என் தேவனே
நான் உம்மைக் கைவிடுகிறேன்

சுகுமாரன் கவிதைகள்

## தவளை மொழி

எனது புறநகர்க் குடியிருப்பு
வயல்களின் சமாதி என்று நினைவுபடுத்தியவை
தவளைகளே

மழைவாசனை
எப்படியோ தெரிந்துவிடுகிறது தவளைகளுக்கு
முதல் துளி விழுந்ததும்
எங்கிருந்தோ வந்துவிடுகின்றன

யாரும் அவற்றிடம் கேள்வி கேட்பதில்லை
எனினும்
ஓயாமல் பதில் சொல்லிக்கொண்டே இருக்கின்றன
க்ரக்... க்ராக்... க்ராக்... க்ராக்...

சாஸ்திரக் குரலில் சுலோகம் சொல்லி
மழை இரவுகளைத்
தள்ளி நகர்த்துபவை
தவளைகள் மட்டும்

மழை மறைந்த பொழுதுகளில்
கட்டிடங்களின் ஆழ இருளில் மூச்சுத் திணறும்
விதைகளுக்காக
சுற்றுச்சூழல் பாதுகாப்பாளனின் பதற்றத்துடன்
வாதாடுகின்றன

மண்ணை விரும்பும் ஈரஜீவிகள்
தவளைகள் தவிர வேறில்லை

எப்போதும் தவளைகள்
பாடம் எனக்கு

முன்பு
ஆய்வுக்கூட மேஜையில்

மல்லாந்து மயங்கிய ஒரு தவளை
கற்றுக்கொடுத்தது
உயிரின் விஞ்ஞானத்தை
மரணத்தின் அமைதியை

இப்போது
வாசற்படி தாண்டி வந்த ஒரு தவளை
கற்றுக்கொடுக்கிறது –
பிழைப்பின் சூத்திரத்தை

நாங்கள்
நீரில் எதார்த்தவாதிகள்
நிலத்தில் சந்தர்ப்பவாதிகள்

# முத்தம் பற்றி இரு விவாதங்கள்

'இரண்டு பேர் முத்தமிட்டால்
மாறிவிடுகிறது உலகம்'

– ஆக்டேவியா பாஸ்

## முத்தத்தின் அரசியல்

ஆதியில் முத்தமிருந்தது
அது
எச்சிலாக மட்டுமிருந்தது
அதன் பிறகே
அது அரசியலானது

முத்தங்களின் வகை வேறுவேறு
எனினும்
ஒரே நிறம்
முத்தத்துக்கு நீரின் நிறம்
நீரைப்போலவே
முத்தம்
சேரிடம் அறிந்து நிறம் சேர்க்கிறது

முத்தம் ஓர் அடையாளமல்ல
ருசி

முத்தங்களின் வகை வேறுவேறு
எனினும்
ஒரே ருசி
முத்தததுக்குக் காற்றின் ருசி
காற்றைப் போலவே
முத்தமும்
பரிமாறப்படும்போதே மறைந்துவிடுகிறது

முத்தம் ஓர் ஆரவாரமல்ல
சங்கீதம்

முத்தங்களின் வகை வேறுவேறு
எனினும்
ஒரே சப்தம்
முத்தத்துக்கு இசையின் சப்தம்
இசை போலவே
முத்தமும்
மௌனத்தின் ஒழுங்கில் ரீங்கரிக்கிறது

வார்த்தைகளைப் போலவே
விரயமாகிறவை
பெரும்பான்மை முத்தங்கள்

கொடுப்பவற்றைவிட
பெறுபவையே இனிமை என்பது
முத்தத்தின் துன்பியல்

எல்லோரும்
யாரிடமிருந்தாவது முத்தம் பெறுகிறார்கள்
எனினும்
விலைமகளிர் உதடுகள் மட்டும்
முத்தங்களைப் புறக்கணிக்கின்றன

ஆதியில் முத்தமிருந்தது
அது
எச்சிலாக மட்டுமிருந்தது

இரட்சகனைக் காட்டிக்கொடுத்த
சீடனின் முத்தத்துக்குப் பிறகு
அரசியலானது அது

**முத்தத்தின் வாசனை**

முத்த வாசனையை நுகர்வது
மூக்கல்ல –
கண்கள்

பிஞ்சுக் குழந்தையை
அல்லது
உங்கள் காதலியை
முத்தமிடுகையில் கவனியுங்கள்
பூவை முகரும்போது
கிறங்குவதுபோல்
கண்கள் கிறங்குவதை

முத்தங்கள் வாசனை நிரம்பியவை
எனினும்
முத்தப் பொழுதில் நாம் உணர்வது
உதடுகளின் வாசனையல்ல
மனதின் நறுமணம்

தாயின் முத்தத்தில்
இரத்தத்தின் சுகந்தம்
மனைவியின் முத்தத்தில்
காமத்தின் திராட்சை மணம்

பருவத்தைப் பொறுத்து மாறுபவை
முத்த வாசனைகள்

ஏராளமான
வாசனை முத்தங்களுக்குப் பிறகு
இப்போது என் சந்தேகம்

எனக்குக் கிடைத்த முதல் முத்தமும்
நான் கொடுத்த முதல் முத்தமும்
என்ன வாசனை?

## கடல்

கடலைப் பற்றிய எந்த வர்ணனையும்
முழுமையானது அல்ல
ஏனெனில் கடல்
நீரின் முழுமை

சுயம் மறந்த புணர்ச்சி பற்றிச்
சொல்ல முடியாதது போலவே
கடலைப் பற்றியும் பேச முடிவதில்லை

உப்புச் சாரத்துடன்
எப்போதாவதுதான்
வார்த்தைக்குள் வந்து புரள்கிறது கடல்

கடல் பற்றிப் பேசும்போது
கடல் சார்ந்தும் பேசுகிறோம்

கடலின் பச்சோந்தி நிறங்கள்
அதன் தொலைவெளி நெருக்கம்
கட்டுமரங்களைக் கிளுகிளுக்க வைக்கும்
அதன் நகைச் சுவை உணர்வு
அலைகளின் ஓயாத ஆலாபனை
பௌர்ணமிக் கோபங்கள்
அதன் திரவ கர்ப்பத்துள் உயிர்க்கும் ஜீவன்கள்
கவிச்சை பரவிய அதிகாலைகள்
அதன் நீர்மையைச் சிறைபிடிக்க
விரிந்து ஏமாறும் வலைகள்
குப்பத்துப் பெண்ணின் இயல்பான சிறுநீர்க் கழிப்பு
துளிக் கடலைச் சேமித்து கரையில் மல்லாந்த சிப்பிகள்
கடலின் செய்தியை மணலில் எழுதும் நண்டுகள்

நுரையைக் கோதும் கடற்காக்கைகள்
என்று
கடல் சார்ந்த வார்த்தைகள் ஏராளம்

நீர் வானத்தில்
நிமிர்கிற சூரியனைப் பார்க்கப் போனேன்

ஆளற்ற கடற்கரையில்
ஆரஞ்சு விடியல்

காற்று பெருக்கிய மணற்கரை
நுரை சுருளும் அலை விளிம்பு

இரண்டுக்கும் இடையில்
அழியாமல் இருந்தன எவருடையதோ காலடிகள்

மனிதனில்லாத சமுத்திரம்
முழுமையற்ற தண்ணீர்

# திருத்தம்

சலூன்கள் மூடிக்கிடக்கும்
செவ்வாய்க்கிழமைகளில் மட்டுமே
முடிவளர்ச்சி நினைவு வரும்

அப்படியொரு செவ்வாய்க்கிழமையில்
அபூர்வமாகத் திறந்து வரவேற்றது
எம்.கே.எஸ். சலூன்

உலகில்
இரண்டே வாசனைப் பிரதேசங்கள்
ஒன்று – கோவில்
மற்றது – சலூன்

கோவில் வாசனைக்கு நம்பிக்கையும்
சலூன் வாசனைக்கு ரோமமீறலும் அவசியம்

சலூன் கண்ணாடிகள் முடிவற்றவை
ஒன்றில் மற்றது, மற்றதில் இன்னொன்று எனத்
தொடர் பிம்பங்களின் தாழ்வாரம்

"ஆச்சு சார்"
குரல் தொடப் பரபரத்து
பிம்பங்களைத் தாண்டி நாற்காலி திரும்பினேன்

செயல்களில் இரண்டு
எப்போதும்
அதிருப்தியில் முடிபவை –
குளியலும் முடிதிருத்தமும்

கண்ணாடியில்
அந்நியன்போல் தெரிந்த என்னை
நெகிழ்த்தியது
நாவிதரின் கரகரப்ரியா

"சங்கீதம் சுவாசம்
சவரக்கத்தி சாப்பாடு"

அந்தக் குரலில் விரிசல் இருந்தது

"சங்கீதம்
பாட்டனுக்கு வேட்டியாயிருந்தது.
அப்பனுக்கு மேலாடையாயிருந்தது
எனக்கோ அங்கவஸ்திரம்"

கரகரப்ரியா கரைந்தது காதில்
விடைபெற்ற பின்னும்
உதட்டில் ஒலித்தது

செவ்வாய்க்கிழமையும்
திறந்தே இருப்பது
முத்துக்குமாரசாமி பாகவதர் சலூன்

அதற்கப்புறம்
போகவில்லை – காரணம்
எனக்கும் தெரியவில்லை

## நதியின் பெயர் பூர்ணா

முதல் விழுங்கலில் துவர்த்தாலும்
மறுமுறைக்குத் தவித்தது நாக்கு
இரண்டாவது மடக்கில்
தோளில் முளைத்தன சிறகுகள்
தக்கையாய் மிதந்தன கால்கள்

போதைக்கும்
கனவுக்கும் இடைப்பட்ட
காலமற்ற பொழுதில் வந்தாய் நீ

கருவறை விட்டெழுந்த அவசரத்தில்
பிருஷ்டங்கள் நடுவே சுருண்டிருந்தது உன் ஆடை
சருமத்தில் சந்தன வியர்வை
வெண்கல முலைகளில் ததும்பும் இனிமை

கனவின் படிகளில் இடறியோ
மதுவின் சிறகிலிருந்து உதிர்ந்தோ
உன் யோனிக்குள்
துளியாய் விழுந்தேன்

'யாதுமாகி நின்றாய் காளி
எங்கும் நீ நிறைந்தாய்'

**2**

பூர்ணா நதியின் மடிப்புகளில்
ஒடுங்க மறுத்து
அலைகிறது சூரிய வெளிச்சம்
ஆர்யாம்பாளின் கண்ணீரில் கரையாத
பிரம்மச்சாரியின் முதலைப் பிடிவாதத்தின்
காவி நொடியில்
பூமி மயங்கி
மீண்டும் விழித்தது.

கற்படியின் குழியில் தேங்கிய நீர்
வெதுவெதுப்பு
காற்று உந்திய புதிய அலையில் குளிர்.
நதியும் அத்வைதிதான் –
போதையும் கனவும் போல

கடவுளைப் புணர்ந்த ஆனந்தம் கொண்டாட
நானும்
மனிதனைப் புணர்ந்த பாவம் தொலைய
நீயும்
மூழ்கிக்கொண்டிருக்கிறோம் தேவி
ஒரே நதியில்

## துணையறிதல்

உடம்பின் கூக்குரல் காமமெனில்
மனதின் சைகைதான் காதலா?

பதிலில்லாப் புதிர் வீசிக்
கேலி செய்தது காலம்

நான்
இரண்டுமுறை பெண்வசப்பட்டவன்
உடம்பாக ஒருமுறை
மனதாக ஒருமுறை

உடல் வசப்படுத்தியவளின் மனம்
காணாச் சுனை
மனம் வசப்படுத்தியவளின் உடல்
உருகாத பனிப்பாறை

மனதின் உடலைப் புணரவும்
உடம்பின் மனதைப் பயிலவும்
தவியாய்த் தவித்திருக்கிறேன்

பெண் என்பவள்
உடம்பின் கோஷமோ
மனதின் நிசப்தமோ அல்லவென்று
கற்பித்தவள் நீ!

உனது பாடம்:
வண்ணத்துப்பூச்சியெனில்
உடல் மட்டுமல்ல
சிறகு மட்டுமல்ல
காற்றும்

# உயிரின் ஆகாயம்

மழை பதப்படுத்திய
மண்ணிலிருந்து முளைப்பது போல
உன்
உடலிலிருந்து முளைத்ததும் மலர்ந்தேன்

உனது சரீரம்
எல்லைகளற்ற நிலம்

காலம் அளந்துவைத்த
மௌனத்திலிருந்து அதிர்வது போல
உன்
குரலிலிருந்து ஒலித்ததும் படர்ந்தேன்

உன் சாரீரம்
திசைகளற்ற வெளி

பரஸ்பரம்
தசைகளை ஊடுருவிக் கடந்து
நாம் சேர்ந்தது
உயிரின் ஆகாயம்

அந்த நிலத்தில்
ஒன்று ... நூறு ... ஒரு கோடி
மஞ்சள் பூக்களின் புன்னகை

அந்த வெளியில்
ஒன்று ... இரண்டு ... ஒரு நூறு
வயலின்களின் மத்யமாவதி

அந்த ஆகாயத்தில்
ஒன்று ... ஆயிரம் ... பல கோடி
பட்டுப் பூச்சிகளின் திருவிழா

அப்போது நாம்
பால்வேற்றுமை களைந்த மனம்

அப்போது நேரம்
பொழுதுகளற்ற வேளை

உன் உடலில் என்னையும்
என் உடலில் உன்னையும்
கண்டடைந்த முகூர்த்தம்

## கடல் மனம்

வியர்வையில் குழைந்த சந்தனம் மணக்கும்
உனது சருமம் –
ஒரு தலைகீழ்க் கடல்

உடலின் மொழிகள் தோல்பரப்புக்குக் கீழே
அலைபுரள்கின்றன – அவை
எனது காதுகளில் கரையேறி அர்த்தமாகின்றன

கடல் தாவரம்போல மென்மயிர் படர்ந்த
உனது சருமத்தில் நுரையின் மென்மை – அதன்
நீர்மையில் சிலிர்த்து அதிர்கிறது உயிர்

ஒவ்வொரு அலைவேளைக்கு இடையிலும் மிஞ்சும்
காற்றுவெளி உனது அடிவயிறு – அதன்
வாசலில் நுழைகிறேன் சிறகுகளுடன்

உனது நாபி குளிர்ந்து ரீங்கரிக்கும் பொழுதில்
நான் –
அலைகளில் மகிழ்ந்து துள்ளும் மீன்

மீனுக்குத் தெரியும் –
ஒரே கடலின்
ஒவ்வொரு அலையும் புதிது
ஒவ்வொரு முக்குளிப்பும் புதிது

## பிறகு

நிகழும் பொழுதுகளைவிடவும்
சில சமயங்களில்
அற்புதமானவை பின்னிகழ்வுகள்

குழந்தையின் முத்தத்தைவிட
அற்புதம்
கன்னத்தில் தேங்கும் எச்சில் குளிர்

மழையின் நீர்மையைவிட
அற்புதம்
இலைகள் பெய்யும் மீதித் துளிகள்

சங்கீதத்தின் சுழிப்பைவிட
அற்புதம்
மௌனத்தில் அதிரும் நாத மிச்சம்

உயிர் கலந்த ஆரவாரத்தைவிட
அற்புதம்
பகிர்ந்த உடல்களின் மோக அமைதி

## அவன் எழுதும்போது ...

அவனுக்கும் எனக்கும் நடுவில்
வருடங்களின் தொலைவு – எனினும்
புத்தகத்தின் முதற் பக்கத்துக்கும்
இரண்டாம் பக்கத்துக்கும்
இடைப்பட்ட நெருக்கம்

அவன் காற்று
விசிறி நான்

அவன் எழுதும்போது ...
குழந்தை முத்தமிட்ட ஈரம்
கன்னத்தில் பனிக்கிறது
காதலின் முகம்
கடல் அலையில் தெரிகிறது
முலைகளின் தாய்மை
உதடுகளில் இனிக்கிறது
தகப்பனின் கையசைவில்
வழி படர்ந்து விரிகிறது

அவன் எழுதும்போது
கவிதை நேசமாகிறது

அவன் எழுதும்போது ...
மலையெனக் கிடந்த சொற்கள்
கிளியெனச் சிறகடிக்கின்றன
மோகத்தின் காத்திருப்பில்
மேனி துடிக்கிறது
விரல்படச் சிலிர்த்த
வீணை ரீங்கரிக்கிறது
காணி நிலத்தில்
நிலாவெளி ததும்புகிறது

அவன் எழுதும்போது
கவிதை காதலாகிறது

அவன் எழுதும்போது ...
பறைகொட்டிக் குதிக்கிறான் ஒருவன்
கோணங்கிக் குடுகுடுப்பை அசைந்து
வானவில் பிறக்கிறது

துன்பக் கேணியில் குரல்கள்
விம்மிவிம்மி எதிரொலிக்கின்றன
கைவிலங்கு உருகிச் சிதற
சூரியன் தெறிக்கிறது

அவன் எழுதும்போது
கவிதை சுதந்திரமாகிறது

அவன் எழுதும்போது...
புல்லாங்குழலில் ஊறிய தேன்
நதியாய்ப் புரள்கிறது
அவமதிக்கப்பட்ட மாதவிடாய்ப் பெண்ணின்
கோபக் கூந்தல் இரண்டு அவிழ்கிறது
முரட்டுக் கைகளில் பந்தம் எரிகிறது
சதுரங்கப் பலகைமேல் யுத்தம் குரைக்கிறது

அவன் எழுதும்போது
கவிதை ஞானமாகிறது

அவன் எழுதும்போது...
ஒளி விளிம்பில் மின்னும் சிகரங்கள்
திக்குகள் சிதறும் தீம்தரிகிட
காக்கைச் சிறகில் நீந்தும் காற்று
நெஞ்சில் கனல் மணக்கும் பூக்கள்

அவன் எழுதும்போது
கவிதை பூமியாகிறது

அவன் எழுதும்போது...
சிட்டுக்குருவி வானமாகிறது
மரணம் உதைபடுகிறது
பொய்க் கடவுள்கள் ஒப்பனை கலைகிறது
வார்த்தை உயிராகிறது

அவன் எழுதும்போது
கவிதை வாழ்க்கையாகிறது

அவன் எழுதும்போது
நேற்றும் நாளையும் இன்றாகிறது.

காலம் கவிதையாகிறது
அவன் எழுதும்போது

# இரண்டு சிறகுகள்

**1**

நெருஞ்சிப்பழம் கவ்விய முயல்மனம் எனக்கு –
நாட்களின் கூர்வேலியில் கிழிந்து
இரத்தம் கசிகையில் பார்த்தேன்:
பட்டுச்சிறகு சேதமாகாமல்
முட்புதரில் மலர்ந்து பறந்த வண்ணத்துப்பூச்சி

**2**

வழிவிளக்கு நிறுத்திய பயணம் –
வாகனப் புகை கமறக் காத்திருத்தேன்:
காற்றில் கழன்ற வண்ணத்துப்பூச்சி
பூவென்று அமர்ந்தது என் முகத்தில்
அதன் ஞாபகப் பிசகு
என்னை மலர்த்தியதென்று தெரியுமா அதற்கு?

## ஊர் துறத்தல்

'என் ஊர்' என்று எதைச் சொல்வீர்கள்?

உங்கள் உள்ளங்கால் ரேகைகளில்
எந்த மண்
ஒட்டிப் படர்ந்திருக்குமோ?
அல்லது
எந்த மண்ணில்
உங்கள் உள்ளங்கால் ரேகை
தடமாகப் பதிந்திருக்குமோ?

உங்கள் சருமத் துளைகளில்
எந்த நீர்
ஊடுருவிக் கலந்திருக்குமோ?
அல்லது
எந்த நீரில்
உங்கள் வியர்வையின் உப்பு
உருமாறி ருசிக்குமோ?

உங்கள் சுவாசப் பைகளில்
எந்தக் காற்று
வீசிச் சிலிர்குமோ?
அல்லது
எந்தக் காற்றில்
உங்கள் சுவாசத்தின் வெதுவெதுப்பு
கனிந்து வருடுமோ?

அதைச் சொல்வீர் – 'என் ஊர்'

எனில்
நான் பாதம் பதித்தது
மலைப்பாம்பின் உடல் வழுக்கலில்...
நான் சரீரம் நனைத்தது
இரத்தத்தின் கல்மழையில்...
நான் மூச்சுக் குழலில் சுமந்தது
பனிக்குளிரின் முட்களை...

'என் ஊர்' என்று எதைச் சொல்வேன்?

நாடோடியின் உள்ளங்காலில்
எந்த மண்ணும் ஒட்டுவதில்லை
பறவையின் சிறகுகளில்
எந்த நீரும் ஊடுருவுவதில்லை

நான் நாடோடி
நான் பறவை

ஊரைத் துறந்ததால்
நாடோடியும் பறவையும் ஆனேனா?
நாடோடியும் பறவையும் ஆனதால்
ஊரைத் துறந்தேனா?

எதுவாயினும் பூங்குன்றா!
கச்சிதம் உன் கணிப்பு
'யாதும் ஊரே; யாவரும் கேளிர்!'

வாழ்நிலம்
2002

## குற்றம் பார்க்கில் . . .

அந்த குற்றவேளைக்குப் பிறகு
அந்நியமாயிற்று எல்லாம்

பயந்து தப்பியோடுகையில்
என் பெருமூச்சில் சுழன்று
வேருடன் பெயர்ந்தன தாவரங்கள்

தாகித்து நீர் அள்ளுகையில்
என் கைச்சூட்டில் கொதித்து
மணலாய் மிஞ்சியது நதி

கால் சோர்ந்து சாய்கையில்
என் நிழலின் சுமையால்
இடிந்து சரிந்தது சுவர்

வீடு திரும்பி முகம் பார்க்கையில்
என் பிம்பம் விழுந்து
நொறுங்கி உடைந்தது கண்ணாடி

என்னைக் காப்பாற்றிக்கொள்ள
நண்பனை களப்பலியாக்கிய
அந்த குற்றவேளைக்குப் பிறகு
அந்நியமாயிற்று எல்லாம்

## நதி காற்று நாம்

நதியோடு புரண்டோடிய
ஒரு குளிர்த்தருணத்தில் அசைவுகள் இழந்து
நானும் நீரானேன்

நான்
இன்னொரு நதி

கால்பாவாமல் மிதந்திறங்கிய
ஒரு அடர்த்தியற்ற தருணத்தில் கனம் மறந்து
நானும் காற்றானேன்

நான்
மற்றொரு காற்று

நதி துழாவிய காற்றாய் உடல் களைந்து
உன் உயிர் வெளியில் படர்ந்த நேரம்
நானும் நீயானேன்

நான்
உன் பிரதியுடல்

## ஸ்தனதாயினி

இளகிய வெண்கலப் பழங்கள்
உன் மார்பகங்கள்
உள்ளே
உயிர் தழைக்கப் பெய்யவெனத்
திரண்டிருக்கும் பால்மேகம்

ஒன்றில்
தாய்மையின் கசிவு
மற்றதில்
காதலின் குழைவு

உன் இடது முலை அருந்துகையில்
என் கண்களில்
குழந்தைமையின் நிஷ்களங்கம்
அப்போது உன் இடது முலை
பரிந்து சுரக்கும் ஊற்று

உன் வலது முலை அருந்துகையில்
என் கண்களில்
காதலின் உற்சவம்
அப்போது உன் வலது முலை
நெகிழ்ந்து பெருகும் அருவி

குழந்தைமையும் காதலும் கனிந்த மனவேளையில்
உன் மார்பகங்களின் இடைவெளியில்
உணர்கிறேன்
அமைதிக் கடலாய் ஒரு மூன்றாவது முலை

## காத்திருத்தல்

'அங்கே வருகிறேன்' என்று
அவர் சொன்ன இடத்தில்
காத்திருந்தார் இவர்

வரவில்லை அவர்

'இங்கே வருகிறேன்' என்று
இவர் சொன்ன இடத்தில்
காத்திருந்தார் அவர்

வரவில்லை இவர்

'எதிர்பாராமல் சந்திக்கலாம்' என்று
காத்துக்கொண்டேயிருக்கிறார்கள்
அவரும் இவரும்
அவரவர் இடத்தில்

## சாத்தியங்கள்

கிளையிலிருந்து உதிரும்
இலையின் முனகல் புரியுமா?
எனில்
மரத்தின் வரலாறு தெரியும் உனக்கு

சிறகிலிருந்து பிரியும்
இறகின் அலைச்சல் அகப்படுமா?
எனில்
பறவையின் சுதந்திரம் வசப்படும் உனக்கு

மேகத்திலிருந்து விலகும்
துளியின் நீர்மை உணரக் கூடுமா?
எனில்
நதியின் ஜாதகம் சாத்தியம் உனக்கு

சொல்லிலிருந்து வெளியேறும்
மௌனத்தின் குரல் கேட்கலாகுமா?
எனில் கவிதையின் ஜீவிதம் புரியும் உனக்கு

## அறை வனம்

பிறகு விசாரித்தபோது தெரியவந்தது:
'அது கானகப் பறவையாம்
அடிக்கடி தென்படாதாம்
அபூர்வமாம்'

எப்படியோ
அறைக்குள் வந்து சிறகு விரித்தது

அலமாரியில் தொற்றி
அது யோசித்தபோது
புத்தகங்கள் மக்கி மரங்கள் தழைத்தன

நீர்ப்பானை மேல் அமர்ந்து
சிறகு உலர்த்தியபோது
ஊற்றுப் பெருகி காட்டாறு புரண்டது

ஜன்னல் திட்டில் இறங்கி
தத்தியபோது
சுவர்கள் கரைந்து காற்றுவெளி படர்ந்தது

நேர்க்கோடாய் எம்பிக்
கொத்தியபோது
கூரையுதிர்ந்து வானம் விரிந்தது

அறையைப் பறவை
அந்நியமாய் உணர்ந்ததோ
பறவையை அறை
ஆக்கிரமிப்பாய் நினைத்ததோ?

என்னவோ நடந்த ஏதோ நொடியில்
வந்த வழியே பறந்தது பறவை
அது
திரும்பிய வழியே திரும்பிப் போனது
அதுவரை அறைக்குள்
வாழ்ந்த கானகம்

## எட்டுக்காலியும் நானும்

எட்டுக்காலியும் நானும் ஒன்று
இருவரும் பிழைப்பது
வாய் வித்தையால்

எட்டுக்காலிக்கு எச்சில்
எனக்குப் பொய்

இருவரும் வலைபின்னுகிறோம்
அது எச்சிலைக் கூட்டி
நான் உண்மையைக் குறைந்து

எட்டுக்காலி வலை
ஜீவித சந்தர்ப்பம்
எனது வலை
சந்தர்ப்ப ஜீவிதம்

எட்டுக்காலிக்குத் தெரியும்
எச்சிலின் நீளமும் ஆயுளும்
எனக்கும் தெரியும்
பொய்யின் தடுமாற்றமும் அற்பமும்

எட்டுக்காலியின் நோக்கம் தக்கவைத்தல்
எனவே
வலை – ஒரு பாதுகாப்பு

எனது தேவை தப்பித்தல்
எனவே
பொய் – ஒரு பாதகம்

வாய்வித்தைக்காரர்கள் இருவரும்
எனினும் எட்டுக்காலி
என்னைவிட பாக்கியசாலி

சொந்த வலையில் ஒருபோதும்
சிக்குவதில்லை அது

## நிழற்பகை

இனி பொறுப்பதற்கில்லை
உன் உடனிருப்பை

நீ என் அங்கமா?
அல்லது
என்னைத் துப்பறியும் உளவாளியா?

காலையில்
படியிறங்கத் தயாராகும் முன்பே
செருப்பணிந்து
வாசலில் காத்திருக்கிறாய்
மாலையில்
எனக்கு முன்பே வீடு திரும்பி
நாற்காலியில்
சாய்ந்து இளைப்பாறுகிறாய்

என் பணியிடத்தில்
உன் கண்காணிப்பு
என் உல்லாச வேளையில்
உன் எச்சரிக்கை

என் நடைத்தூரங்களில்
வழிகாட்டுவதாக முன்னால் போகிறாய்
அல்லது
பின்பற்றுவதாகத் தொடர்ந்து வருகிறாய்

என் சரச சந்தர்ப்பங்களில்
நான் லீலை தொடங்கும் முன்பே
மோகக் களைப்புடன் விலகிப் படுக்கிறாய்

நான் இடம் போனால் நீ வலம்
நான் வலம் போனால் நீ இடம்

யார் நீ எனக்கு?
என்னை வேவுபார்க்கும் உளவாளியா?
இல்லை
என் அங்கமா?

உன் உடனிருப்பை
இனி பொறுப்பதில்லை
வழிகாட்டவோ
பின் தொடரவோ
அனுமதி உனக்கில்லை நிழலே!

ஏனெனில்
இப்போது நானிருப்பது
இரவில் சூரியனின் குகையில்
பகலில் கடலின் இருளில்

## இறந்தவர்களும் இருப்பவர்களும்

வீட்டிலிருந்து
சவத்திடலுக்குப் போகும் பாதை
நேரானது – துடைப்பக்குச்சிபோல

மயானக் கொட்டகையிலிருந்து
வீடு திரும்பும் வழியோ சிக்கலானது –
சீப்பில் சுருண்ட ரோமம்போல

வீடு திரும்பும் வழி
மயிர்ச்சிக்கலாகக் காரணம்
இறந்தவர்கள் மீண்டும்
வாழ்க்கைக்குள் வரக்கூடாது

எனினும்
இறந்தவர்கள் நாமறியாமல்
வீடு திரும்பிக்கொண்டிருக்கிறார்கள்

மரணத்துக்கு முன்பு
பாதியில் நிறுத்திய சதுரங்க ஆட்டத்தை
மறுபடியும் தொடர நிர்ப்பந்திக்கிறார்கள் நம்மை
ஆனால்
நகர்த்தும் காய்கள் கண்ணுக்குத் தெரிவதில்லை

மரணத்துக்கு முன்பு
சுட்டுவிரலை வெட்டி அடையாளம் வைத்த புத்தகத்தை
மறுபடிபும் வாசிக்க வற்புறுத்துகிறார்கள் நம்மை
ஆனால்
புரளும் பக்கங்களில் வெண்தாள்ச் சூனியம்

இறப்புக்குப் பிறகும்
வாழ விரும்பும் அவர்கள்
நம்மிடம் சொல்கிறார்கள்:
'ஒருமுறையேனும் செத்துப் பார்'

## கன்யாகுமரி

பார்க்கத்தான் போனோம்
திரும்பும்போது
கூடவே வந்த கடல் வாழ்ந்துகொண்டிருக்கிறது
நம்முடன்

## தீர்ப்பு

பற்றி எரிவதாயிருந்த
வயிறு

முரட்டுப் பதார்த்தம் – எனினும்
பூமியைப் பிட்டு விழுங்கிப்
பசியாறினேன்

பாலைத் தகிப்பாயிருந்த
நாக்கு

சிட்டிகை உப்பு தூக்கல் – எனினும்
கையளவு கடல் குடித்துத்
தாகம் தீர்த்தேன்

பொரிந்து உருகுவதாயிருந்த
சருமம்

மரங்கள் விட்ட பெருமூச்சு – எனினும்
விசிறியில் நிரப்பிப்
புழுக்கம் தணிந்தேன்

குளிரால் நொறுங்குவதாயிருந்த
எலும்பு
கந்தையாய்ச் சுருண்ட ஆகாயம் – எனினும்
நீளவாட்டில் கிழித்துப் போர்த்தி
நடுக்கம் தவிர்த்தேன்

இருட்டின் பிசுபிசுப்பாயிருந்த
அகம்
பிடிக்குள் அடங்காது – எனினும்
ஒரு துண்டுச் சூரியனை ஊதி
வெளிச்சம் விரித்தேன்

'அத்துமீறிய செய்கை இவை' என்று
தண்டிக்கப்பட்டேன்
தண்டித்ததோ
செவிட்டூமையும் முடவனுமான ஒரு நீதிபதி
குருடனும்கூட

## பையாம்பலம்*

அநாதி காலமாக
ஒரே கேள்வியைக் கேட்டுக்கொண்டிருக்கிறது
கடல்:
'நீ என்னை எவ்வளவு நேசிக்கிறாய்?'

பாறைமனம் கசிந்து
ஒரே பதிலைச் சொல்லிக்கொண்டிருக்கிறது
கரை:
'நான் உன்னை நுரையளவு நேசிக்கிறேன்'

ஒரே கேள்வியை
ஒவ்வொரு முறையும்
ஒவ்வொரு விதமாகக் கேட்கிறது கடல்
ஒவ்வொரு விதமாகச் சொல்கிறது கரை
ஒவ்வொரு முறையும்
ஒரே பதிலை

கூந்தலை அளையும் காலைக் குறும்புடன்
கேட்கிறது அலை:
'எவ்வளவு நேசிக்கிறாய்?'

பாதி திறந்த விழியின் வெளிச்சத்துடன்
சொல்கிறது கரை:
'காற்றளவு'

கைகோர்த்து அலையும் பகல் தோழமையுடன்
கேட்கிறது கடல்:
'எவ்வளவு நேசிக்கிறாய்?'

கைக்குள் தங்கிய வெதுவெதுப்பாய்ச்
சொல்கிறது கரை:
'மணலளவு'

முத்தம் பகிர்ந்த மாலை ஈரத்துடன்
கேட்கிறது கடல்:
'எவ்வளவு நேசிக்கிறாய்?'

---

\* பையாம்பலம் – கேரள மாநிலம் கண்ணூரிலுள்ள கடற்கரை.

சருமத்தைச் சுண்டிய நீர்மணச் சிலிர்ப்பாய்ச்
சொல்கிறது கரை:
'அலையளவு'

உயிர் தழுவும் உடலின் இரவாய்
கேட்கிறது கடல்:
'எவ்வளவு நேசிக்கிறாய்?'

உடலணிந்து உயிர்த்துடிப்புடன் மல்லாந்து
சொல்கிறது கரை:
'கடலளவு'

இருட்பாறைகளுக்கும்
மணற்சரிவுகளுக்கும் இடையில்
கடலை வரவேற்கும் கரை கேட்கிறது:
'நீ என்னை எவ்வளவு நேசிக்கிறாய்?'

'கடலளவு
இல்லை அலையளவு
இல்லை நுரையளவு
இல்லை மணலளவு
இல்லை காற்றளவு
இல்லை நிலமளவு'

அநாதி காலமாக
ஒரே பதிலைச் சொல்லிக்கொண்டிருக்கிறது
கடல்

## வாழ்நிலம்

கனவின் நிலம்
நீரால் ஆனது

வாழ்க்கை சலித்துப்
புதைந்தொழிய விரும்பினேன்
தோண்டியதும் உள்வாங்கிய நிலம்
மூன்று முறை மன்னித்து ஒளியில் நடத்தியது

கனவின் கடல்
மண்ணால் ஆனது

மரணம் அலுத்து
உயிர்த்தெழத் தவித்தேன்
எழுந்ததும் சரிந்த நீர்
மூன்று முறை மிதித்து இருளில் மூழ்கடித்தது

நீரில் மரணம் இனிது
அதனினும் இனிது
நிலத்தின் வாழ்வு

## அன்றிரவு

'உடலுக்கு மதமுண்டா?'

உயிர்
தங்கி இயங்கும் ரசாயனக் கூடு
எனவே
உடல் வெறும் விஞ்ஞானப் பாண்டம்

அதுவல்ல நிஜமென்று
அந்த பர்பனி* இரவுக்குப் பின்பு
அறிந்தேன்

❍

இலைகள் வெடவெடத்து
மரங்கள் நடுங்கி நிற்கும் பனிக்காலம்
இருளுடன் வாதாடி
வெளிச்சம் தோற்றொதுங்கும் இரவு
நரகத்தின் கழிவுக் கிடங்காய்
மூச்சுவிடத் திணறும் ஊர்
நாய்க்குரைப்பால் அதிர்ந்து
வெறிச்சோடிய யாருமற்ற தெரு

❍

சொந்த நிழலையும் சந்தேகித்தபடி
நடந்தேன் தெருவில்

வழிதவறி
வந்து சேர்ந்த பீதி முனையில்
தரையிலிருந்து ஏவிய
எரிகற்களாய்ப் பந்தங்கள்
டயரும் மயிரும் பொசுங்கும் வாடை

---

* பர்பனி – மகாராஷ்டிர மாநிலத்திலுள்ள சிறுநகரம்

விஷப் பற்களாய்
அடிவயிற்றில் கொத்தும் குரல்கள்
நெருங்கி விசாரித்தன குங்குமமுகங்கள்:
'யார் நீ?'

உள்நாக்கில் ஒட்டிய பயம்
உதடசையும் முன்பு
இடுப்புக்குக் கீழே நிர்வாணமாக்கப்பட்டேன்
பனிக்குளிரில் விறைத்தது உறுப்பு
தீப்பந்த ஒளியில்
மொச்சைக்காய் போலப் பிதுக்கி
பரிசோதித்த பின் நகர்ந்தன பந்தங்கள்
'இவன் மதம் அதுவல்ல'

வலி திரண்டு வழிந்த கண்முன்
விலகித் தொலைந்தன வெறிநிழல்கள்

O

முன்பும் இதுபோல் நிழல்கள் மிரட்டிய
வேறொரு ஊரின் வேறொரு இரவு
நினைவில் ஊர்ந்தது

குரோதக் கற்கள் மழையாய்ப் பொழிய
பயணம் நின்று
வாகனம் நொறுங்கி
உயிர்கள் அதிர்ந்து
உடல்கள் ஒடுங்கி
உதிரம் தெறிக்க
'கடவுளின் திருநாமத்தால்' நிழல்கள் வெறியாட
எவரிலோ மிஞ்சிய கருணை காப்பாற்ற
தப்பிப் பிழைத்த
முன்னொரு இரவு

O

இருளின் அடைக்கலமாய்க்
கூசி இருந்தேன்
பின்பு
உடல் சுமந்து நடந்தேன்

சுகுமாரன் கவிதைகள்

திரும்பிய தெருவில்
யாரோ கண்ட கோரக் கனவாய்
டயர்ப் பந்தம் புகையும் தீ
அறுந்த காலணிகள்
உரித்தெறிந்த உடைகள்
ரத்தம் படியாத வாள் பகுதிகளில்
விசும்பும் மங்கிய நிலவொளி

○

இடுப்புக்குக் கீழே
உறுப்பின் விரயகனம்

கழிவொதுக்க
கலந்து களிக்க
இனம் பெருக்க...

உறுப்பின் கடமைகள்
அவை மட்டுமல்ல

உடல்
கடவுளின் முத்திரைப் பாத்திரம்
உறுப்பு ஒரு மதம்

எனில்
ஆண்டவன், ஆண்டவனாகும் முன்பு
அருளாளன், அருளாளனாகும் முன்பு
எந்த மதத்தில் இருந்தது உறுப்பு?
எந்த மதத்தில் கிடந்தது உடம்பு?

## போதும்

சற்றே பலமான காற்று போதும் – ஒரு
பட்டுப்பூச்சியின்
சுதந்திரத்தைப் பிய்த்தெறிய

கொஞ்சம் பெரிய நீர்த்துளி – ஒரு
எறும்பின்
சரித்திரத்தை மூழ்கடிக்க

விசையழுத்தும் முன்பு
ஆயுதமேந்தியவன் உதிர்க்கும் சிரிப்பு – இந்த
பூமியை
இருட்டில் தள்ளிவிட

அகதியின் முலைக்காம்பிலிருந்து
அனாதைச் சிசுவின் உதடுகளில் விழும்
பால் சொட்டு – இந்தப்
பிரபஞ்சத்தை ஒளிமயமாக்க

உதாசீனப் புருவநெரிப்பின்
பேரோசை போதும் – என்
காலம் திகைத்து நிற்க

இதைவிட எளிமையாக
எப்படி விளக்குவேன் என்
கல்மனதின் வாசகங்களை?

## நிலமெனும் . . .

கண்டடைந்த பின்னும்
கண்டுபிடிக்கப்படாத நிலம் உன் தேகம்

மழையாய்
எல்லா மலைகளையும் தழுவிப் பெய்தும்
மிஞ்சுகிறது
துளியும் நனையாத மலைவரிசை

ஒளியாய்
காடுகளில் நுழைந்து இருந்துணர்ந்தும்
அறியப்படாதிருக்கிறது
தாவர இருளின் நிரந்தர ரசசியம்

உயிரில்
நிழலும் எரியக் குமுறித் தணிந்தும்
பாக்கியிருக்கிறது
மணலுருகும் விரகப் பாலை

காற்றாய்
பயிர்களை வருடிச் சிலிர்ப்பூட்டிய பிறகும்
மிச்சமிருக்கிறது
முளைவிட்ட விதைகளின் பச்சைவயல்

கரையடங்க
அலைந்தலைந்து இரங்கிய பின்னும்
காத்திருக்கிறது
மாளாத் தவிப்பின் புதிய கடல்

கண்டடைந்த பின்னும்
கண்டுபிடிக்கப்படாத நிலம் உன் தேகம்
ஏனெனில்
உடலும் நிலமும் மனதால் ஆனது

## நமக்கு இடையில் . . .

இரு சரீரங்களுக்கு இடையில்
வார்த்தை இருப்பதில்லை
நாம்
வார்த்தையில்லாமலும் இருந்ததுண்டு

இரு சொற்களும் இடையில்
உடல் இருப்பதுண்டு
நாம்
உடலில்லாமலும் இருந்ததுண்டு

ஒருவருக்கொருவர்
முழுமை கோரும் நிகழ்வு நாம்

எனவேதான்
உடல் கலந்து கிடந்து
உடல் கடந்த கடலாவதும்
மனம் கூடிப் படர்ந்து
மனம் கடந்து வெளியாவதும்

நமக்கிடையில்
ஆகாயத்தைப் பிரதிபலித்து
ஓடிக்கொண்டேயிருக்கிறது பேராறு
மனிதச் சுவடுகள் பதிய
விரிந்துகொண்டேயிருக்கிறது சமவெளி

நான் உன்னிடம் என்னையும்
நீ என்னிடம் உன்னையும்
கண்டடைந்துகொண்டேயிருக்கிறோம்
நமக்கிடையில்
சொட்டி விழுந்து பெருகிக்கொண்டேயிருக்கிறது காலம்

## சமத்துவம்

மேலிருந்து பூமியைப் பார்க்க விரும்பி
எம்பிப் பறந்த நானும்
கீழிருந்து வானத்தைப் பார்க்க விரும்பி
தாழ்ந்து இறங்கிய பறவையும்
சந்தித்திக்கொண்டோம் – ஒரு
நெடுங்கோபுரத்தின் உச்சியில்

'வானத்துப் பார்வையில்தான்
பூமியழகு' என்றேன் நான்
'பூமியின் பார்வையில்தான்
வானழகு' என்றது பறவை

'விவாதம் தவிர்க்க
அந்தரத்திலிருந்து பார்ப்போ'மென்று
இடம் பெயர்ந்தோம்

பூமிக்கும் வானுக்கும் நடுவே
இடமற்ற வெளியில்
காலமற்ற பொழுதில்
சமமாகப் பறந்தோம்

பறத்தலின் ஏதோ தருணத்தில்
தீச்சுடர் போல
உயர்ந்துகொண்டிருந்தது பறவை
மழைத்துளி போல
விழுந்துகொண்டிருந்தேன் நான்

எனினும் மனநிறைவு
நொடியுக நேரம்
பறவைக்கு இணையாகப் பறக்க முடிந்ததே

## அறியாத மிச்சம்

அறியப்படாத எதுவோ வாழ்கிறது
எல்லாக் கனவுகளிலும்

மண்புழுவுக்கும்
பரல் மீனுக்கும் கனவில்
மென்றுதீரா மிச்சமண்
நீந்தி முடியாத புதிய நதி

தவளைக் கனவில்
கால்வழுக்கும் நிலம்
உடல் உந்தாத உறைந்த நீர்

பட்டுப்பூச்சிக்கும்
சிட்டுக்குருவிக்கும் கனவில்
இறகைவிடக் கனமான காற்று
சிறகில் ஒதுங்காத நீளவானம்

ஆந்தைக் கனவில்
உறங்காது எரியும் பகல்
ஒடுங்காது குமுறும் புயல்

புலிக்கும்
யானைக்கும் கனவில்
அலைந்து குறையாத வனம்
தொடத் தொட உயரும் வானம்

அறியப்படாத கனவாக
மிஞ்சியிருக்கிறது என் வாழ்வு

## நதிக்காட்சி

*கரையொதுக்கிக் கட்டப்பட்ட*
*அசையும் தோணிக்குள்*
*மிஞ்சிய மழைநீர்*
*அதில்*
*சிலிர்த்துக்கொண்டிருக்கிறது நிலவு*
*பூமிக்கு ஒளிபொழிந்த கருணையில்*

## வென்றிலன் என்றபோதும் . . .

இணைந்திருந்து நாம் பேச
இனி நாளில்லை
இதுவன்றி

காலத்தின் கையிருப்பில் எனக்காக
இனி இரவுமில்லை

எப்போதும் சந்தனப்புகை கமழும்
இந்தப் பள்ளியறையில்
இரத்தத்தின் உலோக நெடி இப்போது

எப்போதும்
மதுரம் கனியும்
உன் அதர மென்மையில்
புளித்த வெற்றியின் துவர்ப்பு இப்போது

மழைக்கால நதியிரண்டு
ஒன்றுகலப்பது போல்
கூடித் ததும்பும் நமது உடல்கள்
இப்போது
கோடை மணலில் புதையுண்ட மரங்கள்

வெயிலின் இளநீர் வாசனை சுரக்கும்
என் வியர்வையில் இப்போது
குதிரைச் சாணத்தின் துர்வாடை

இது என் கடைசி இரவு
விருசாலி! உன்
கண்கள் தொடுக்கும் கேள்விகள் தவிர்.
நானே
பதில்களின் சந்ததி
என் வாழ்வோ
கேள்விகளைத் தேடிய வேட்கை

ஓர் இளம் பெண்ணின்
பிள்ளைக் குறும்பின் பிழையான பதில் என் ஜென்மம்
எனவே
மாதவிடாய்க் கழிவுபோல நீராடு ஒதுக்கப்பட்டேன்

என் பிறப்பில்
நதியின் சோகம்

வெற்றுக் கருப்பையில்
தாய்மை கிளர்ந்து உயிர்த்தது என் மழலை
எனவே
தாழம்புதர்போல ஈரம்பதுக்கி வளர்ந்தேன்

என் பால்யத்தில்
நெருப்பின் தாபம்

தானவேளையில் தயங்கிய குருவின்
கைநடுங்கிச் சிதறிய ஆசீர்வாதம் என் இருப்பு
எனவே
வனவிருட்சங்களில் படர்ந்த தீ என் கல்வி

என் வித்தையில்
கலகத்தின் ரௌத்திரம்

நேசம் உள்ளூறியும்
சுயம்வரப் பிணையாய்ப் பங்கிடப்பட்ட
பெண் மனதின் புறம்போக்கு என் இளமை
எனவே
வில் விரும்பாத அஸ்திரம் என் காதல்

என் யௌவனத்தில்
தானே உதிரும் பாரிஜாதத்தின் தூரமணம்

அதிகாரம் ஆடையுரித்து
கெக்கலித்த தருணம்
மானம் காத்த தோழமையின் பிச்சை என் வாழ்க்கை

என் நட்பில்
அடைபடாக் கடனின் அதீதம்

நிராயுதபாணிமேல்
தொடுத்த யுத்தத்தில் எதிரி நான்
எனவே
என் தோல்வியில் வெற்றியின் சரணாகதி

இது என் கடைசி இரவு
விருசாலி!

பதில்களாலான என் வாழ்க்கையில்
கேள்விகளில்லை இனி
எனவே
உன் கண்கள் தொடுக்கும் கேள்விகள் தவிர்

எல்லாருக்கும் கருவியாக இருந்து தோற்றவன் நான்
அநாதையாக்கிய தாய்க்கு
நான் வாக்குறுதி
வித்தை மறுத்த குருவுக்கு
நான் வலதுகைப் பெருவிரல்
காதல் மறைத்த பெண்ணுக்கு
நான் வஞ்சினம்
பகை கொதித்த உறவுக்கு
நான் களப்பலி
பழி கொண்ட நட்புக்கு
நான் கேடயம்
கடவுளின் கைக்குழிவில்
நான் யாசகப் பொருள்
உன் கண்களின் கேள்விக்கு
நான் இருளின் மௌனம்

அன்பே,
நான் ஆயுதங்கள் வார்த்தெடுத்தது
உலோகத்தை உருக்கியோ – என்
குரோதத்தைத் தீட்டியோ அல்ல

நாறும் உமிழ்நீரில்
ஊறிக் கனத்த
உங்கள் எல்லாரது சொற்களையும் புடமிட்டு

## சொல்லுக சொல்லில் . . .

ஒவ்வொரு வார்த்தையும்
ஒரு கேள்வி
ஒவ்வொரு கேள்வியும்
ஒரு சந்தேகம்
ஒவ்வொரு சந்தேகமும்
ஒரு கல்

ஒவ்வொரு கல்லும்
ஒரு சந்தேகம்
ஒவ்வொரு சந்தேகமும்
ஒரு கேள்வி
ஒவ்வொரு கேள்வியும்
ஒரு வார்த்தை

ஒவ்வொரு வார்த்தையும்
மௌனத்தின் மிச்சம்

பூமியை வாசிக்கும் சிறுமி
2007

## சொல்கிறார் கபீர்

கபீர் நெய்துகொண்டிருக்கிறார்...
மனம் – தறி
வாக்கு – இழை
பூமிக்கான ஆடையை
நெய்துகொண்டிருக்கிறார் கபீர்

நெய்யும் துணியின் மறுமுனை
எங்கே முடிகிறது?
நதிபோல் கடலிலா?
வானம்போல் வெளியிலா?

சொல்கிறார் கபீர்:
'உருவமற்ற நாடா
ஊடோடிப் பின்னிய துணி
கரையோ நுனியோ இல்லாதது'

நெசவின் தரமென்ன?
கனத்த கம்பளியா?
இழைத்த பருத்தியா?
மெல்லிய பட்டா?

சொல்கிறார் கபீர்:
'நீரினும் மெல்லியது
புகையினும் நுண்ணியது
காற்றினும் எளியது'

நெய்த துணிக்குச் சாயமெது?
வெயிலின் காவி?
பிறையின் பசுமை?
நட்சத்திர வெள்ளி?

சொல்கிறார் கபீர்:
'நிறம் நிறத்திலிருந்தே பிறக்கிறது
எனவே
எல்லாம் ஒரே நிறம்
உயிரின் நிறமென்ன சகோதரா
நீதான் கண்டுபிடியேன்'

தறி இறக்கி நிறந்தோய்த்த துணியை
எப்படிப்போய் விற்க?
எவர் வந்து வாங்க?

சொல்கிறார் கபீர்:
'வாங்குபவர் மொய்க்கும்
சந்தையில் நானில்லை
என் இடம் தேடி
வாடிக்கை வருவதில்லை'

உடுப்பவர் இல்லாமலா உடை?
எவர் அணிவார் பூமியின் வஸ்திரம்?

சொல்கிறார் கபீர்:
'தோல் ஒன்று எலும்பும் ஒன்று
சிறுநீர் மலம் எல்லாம் ஒன்று
ஒரே ரத்தம்

ஒரே மாமிசம்
ஒரே துளியில் உருவானது பிரபஞ்சம்
பிராமணனென்ன? சூத்திரனென்ன?
உடுப்பவன் யாரானால் உடைக்கு என்ன?

எவர் நிர்வாணம் காக்குமிந்தச் சொல்?
ஆண் அல்லது பெண்?

சொல்கிறார் கபீர்:
அதுதானே மனிதா, பெருங்குழப்பம்
வேதம் எது?
குர் ஆன் எது?
எது புனிதம்?
எது நரகம்?
ஆண் எது? பெண் எது?
காற்றோடு விந்து முயங்கி
இறுகிச் சுட்ட மண்பாண்டம்
விழுந்துடைந்த பின்பு
என்ன என்பாய்?

மனம் – தறி
உண்மை – இழை
பூமிக்கான வாக்கை
நெய்து கொண்டிருக்கிறார் கபீர்

## திருடன் வந்த வீடு

கிழக்கிலிருந்து வலதுசாரி
மேற்கிலிருந்து இடதுசாரியாய்
எங்கள் தெருவின் மையத்தில்
வெங்கட்டராமத் தேவர் மகன் கணேசன்
மசிரியம்மாள் மகன் மருதாசலம்
இருவர் வீடுகளுக்கும் மத்தியில்
கல்லுக் கொட்டாயென்று
நேற்றுவரை பெயர் சுமந்த வீடு
அடையாளம் மாறியது இன்று:
'திருடன் வந்த வீடு'

நெடுநாள் புழங்கிய தெருவெனினும்
கல்கொட்டகை மர்மமானது
எனக்கும் எல்லோர்க்கும்
அகாலங்களில் வரவும் போக்கும்
அவ்வப்போது அரூபக் குரல்கள்
ஆளிருப்பதன் அடையாளம் அவ்வளவுதான்
உள்ளே விளக்கெரிந்தால்
வெளிச்சம் கம்பியாய்த் தெருவில் இழையும்

அபூர்வமாய் இன்று
செவ்வக வெளிச்சம் தெருவில் படர
விக்கித்த வழிப்போக்கன் நிமிர்ந்து பார்க்கையில்
ஒரு நிழல் தப்பியோடி
இருளில் கரைந்தது
திருடனைப் பிடிக்கத் திரண்டது தெரு
புகார் செய்யப் போயினர் சிலர்
பராக்குப் பார்க்க முண்டினர் சிலர்

அடையாக் கதவுக்கப்பால்
திறந்த வீட்டின் கலைந்த மர்மம்
பொருட்காட்சிக்குப் போவது போல

ஒருவர் பின் ஒருவராக
உள்ளே போய்த் திரும்பினோம்
'ஒன்றுமில்லா வீட்டுக்கா
ஒன்பது தாழ்ப்பாள்' என்று
கேலிச் சிரிப்பில் பிதுங்கின உதடுகள்
எதுவும் அசங்காமல்
வீட்டுக்குள்ளேயிருந்து
எதைக் கொண்டுபோயிருப்பான்?
எதைத் திருட வந்திருப்பான்?
எடுத்துப் போனது எதுவோ?

எனினும்
விட்டுப் போனதைப் பார்த்தேன்: அவை
மிச்ச மோர் (வெண்கலச் செம்பில்)
காசித் துண்டு
'ட' போல் வளைத்த குடைக்கம்பி
கூடில்லாமல் மூன்று பீடிகள்

யாரும் காணாமல்
'டா' ணாக் கம்பியைப் பதுக்கிக்கொண்டேன்
திருடன் என்றாலும்
ஆயுதமில்லாமல் எப்படிப் பிழைப்பான்?
இன்றோ
நாளையோ
என்றாவதொரு நாள் வருவான் நிச்சயம்

## மழை நாள்

வகுப்பறையில் எதையேனும் மறந்துவைத்து
வீடு திரும்பி
அம்மாவிடம் பேச்சுவாங்குவது
வாடிக்கையாயிருந்தது பள்ளிநாட்களில்

புதுப் பேனா, ஜியோமிதிப் பெட்டி, டிபன் டப்பா
காமிக்ஸ் புத்தகம் ஒளித்து வைத்த கட்டுரை ஏடு
கைக்குட்டை
காஞ்சனா பரிசளித்த பட்டுப்பூச்சி கிளிப்
சமயங்களில்
முன்தினம் வாங்கிய நீலப்பட்டை ரப்பர் செருப்பு
வாரத்தில் ஒருநாள் எதையாவது ஒன்றை
வகுப்பில் விடுவது வழக்கமாயிருந்தது

வீட்டுப்படியை மிதிக்கும் நொடியில்
பாழாய்ப்போன மறந்த பொருட்கள்
ஞாபகப் பரப்பில் சட்டென்று துலங்கும்
சோற்றுப் பாத்திரத்தை மறந்து திரும்பிய
அன்றைக்கு மட்டும் பள்ளிக்கு மறுபடி
விரட்டினாள் அம்மா

பாதிவழிப் போய்ப் பொழுதைத் தின்று
யாரோ கொண்டுபோனதாய்க்
கலங்கிய கண்ணுடன் திரும்பிவந்தேன்
நாளயை சோற்றை உருட்டித் தருகிறேன்
நக்கிக்கொண்டே படிக்கப் பேவெனச்
சொன்னாள்; ஆனால்
இலைமணம் கமழப் பொதிந்து கொடுத்தாள்

மழைத்தினமொன்றில் குடையை மறந்து
வீடு திரும்பினேன்
அம்மா இழுத்துப் போக வகுப்பெல்லாம் தேடினோம்
வைத்த மூலையில்
குடைவிட்டிறங்கிய நீரின் கோடு
நாளைக்கு மழை வந்தால்

ஓணான் போல் நனைந்தோடு என்றாள் அம்மா
ஆனால் அதிர்ஷ்டம்; அடுத்து வந்தது
மழைமறைவுப் பருவம்

அப்புறம் மறந்ததில் முக்கியமானவை;
கண்ணகி நாடகத்துக்காய்க் கொண்டுபோன
அம்மாவின் கறுப்பு ரவிக்கை
சுவரொட்டி எழுதியதை மெச்சி
தோழர்கள் தந்த லெனின் கவிதாஞ்சலி*
ரேணுகாக்காவின்
திருகில்லாத பித்தனை மூக்குத்தி

அறிவிக்காமல் வந்த அடுத்த மழையில்
உற்சாகத் தொப்பலாய்ப் பள்ளிக்குப் போனேன்
வாசலில் நின்ற
கணக்குப்புலி வில்லியம் சார்
குடைவெளியில் இடந்தந்தார்
கம்பித் திவலை புருவத்தில் சொட்டி
குடைக்குள் நிமிர்ந்தேன்
மான்படத்துக்குக் கொஞ்சம் மேலே
வெள்ளையெழுத்தில் 'எஸ்' என்று என் அடையாளம்
கணக்கு சார் குடையைச் சுழற்ற
முகத்துக்கு நேராக நின்றிருந்த மானோடி
முதுகுப் பக்கம் பதுங்கிக்கொண்டது
அன்று
திறந்து வைத்த கணக்கு நோட்டின்
எழுதாத பக்கமெல்லாம்
கறுப்புக்குடை சூடிய மான்களின் பாய்ச்சல்
வகுப்பறையில் எதையேனும்
மறந்து தொலைப்பதும் மறவாதபோதும்
இழந்தாய் உணர்வதும்
பள்ளி கழிந்தும் பழக்கமாய்த் தொடர்ந்தது

கால் நூற்றாண்டுக்கு இப்புறம் நேற்று
எனது பள்ளியைக் கடந்து வருகையில்
வகுப்பறையில் எதையோ
மறந்தது போல் உணர்வு

---

* ரகுநாதன் மொழிபெயர்த்த மயாகாவ்ஸ்கியின் கவிதை. என்.சி.பி.எச் வெளியீடு

## சவ சல்லாபம்

பிணக்கு முற்றிப் பகைவெடிக்கும் பெண்ணுக்கு
உடல் ஓர் ஆயுதம்
கூடல் ஒரு குதர்க்க யுத்தம்

அவள் கண்களில் உதாசீனத்தின் முள்வேலி
உதடுகளில்
வற்றிய சுனையின் கவிச்சை
மார்பகங்கள்
விறைத்த கூழாங்கற்கள்
நாபி
தகிக்கும் பாலைமணல்
காமம் சொடுக்கத் துள்ளி விழுந்தால்
மழைநாள்க் கதவுகளாய்
இறுகி அடையும் தொடைகள்

பகை குமுறும் பெண்ணுடல்
காருண்யம் மரத்த நிச்சலனம்

மனதின் ஈரம் கசிந்து நெகிழாத
உடலை மேய்வது கபடமைதுனம்

தழுவலில் குழைந்து
குழைவில் உயிர் சிலிர்த்து
சிலிர்ப்பில் மேனி கனிந்து
கனிவில் உடல்பகிர்ந்து
பகிர்வில் தேகமற்றுக் கரையாத
வெற்றுக் கூடல்
சடல சல்லாபம்

இன்று உன்னுடன் முயங்கியபோது
சவக்கிடங்கானது படுக்கையறை
சடலங்களாய் விறைந்தன நம் உடல்கள்

## மூன்றாம் பக்கம்

பார்த்தாலூமே
சமுத்திரக் கண்ணுள்ள செம்படவன்
சொன்னான்:
'கடலின் நாள்காட்டி
மூன்று தினங்கள் கொண்டது
கொண்டுபோனால் கடல்
கொல்லும் முதல் நாள்
இழவுகாக்கும் மறுநாள்
மூன்றாம் பக்கம் கரையொதுக்கம்
கடல் நீதியில் மனிதப் பற்றில்லை'

கடலின் இரங்கல் எதுபோல்?' என்றேன்
வலையில் சிக்கிய அலைகளைப் பிரித்து
கடலில் சேர்த்தபின்
'சென்று பார்த்து வா' என்று
கரைகடந்தான் பார்த்தலூமே

கடலின் இரண்டாம் நாள் காண
இறங்குவேன்; இப்போது
காத்திருக்கிறேன் கடைசி அலை ஓய

## பூமியை வாசிக்கும் சிறுமி

மடியிலிருத்தி
அரிசிபரப்பிய தாம்பாளததில்
பிஞ்சுவிரல் பிடித்து நான்
பயிற்றுவித்த குட்டிப் பெண்
வாழ்க்கையின் முதல் கடிதம் எழுதியிருந்தாள்:
நாலுவரி நீளம்

'அன்புள்ள சுகுமாரன் சாருக்கு
சுகம். நீங்கள் சுகமா?
இங்கே நேற்றைக்கும் மழை பெய்கிறது
வேறு விசேஷமில்லை.
சர்க்கரை முத்தங்களுடன்...'

பட்டுப்பூச்சியைத் தொட்ட
சுட்டுவிரலைப் போல
வடிவமெய்தாத ஒவ்வொரு எழுத்திலும்
நிழல் படியாத ஒளியின் வர்ணம்

அரிசித்தாம்பாளத்திலிருந்து
காகித வெளியை அடைய
எழுத்தைத் திறந்து
சொற்களைத் திறந்து
வரிகளைத் திறந்து
வந்திருந்தாள் குட்டிப் பெண்

மகிழ்ந்து கசிந்தேன்
எனினும்
வார்த்தைகளாலேயே இனி
பூமியை வாசிப்பாள் என்பதால்
மனவெளியில் ஏதோ நெக்குவிடும் பேரோசை

## மின்மினி இரவு

வெளிச்சம் அகன்றதும் நிசப்தம்
சங்கீதம் உறைந்ததும் இருள்

திடீர் மின்தடையால்
ஜடமாயிற்று அறை

கண்பழகியதும் இருட்டில்
பார்த்தேன்; அதுவரை
ஒளியும் இசையும் மறைத்திருந்த
மகா அதிசயம்

இரண்டு மின்மினிகளின்
அறைவெளி சஞ்சாரம்

இருதுளி நட்சத்திரங்கள்
நகர்ந்தும் ஊர்ந்தும் நீந்தியும்
எவ்வியும் நெளிந்தும் பறந்தும்
மிதந்தும் புரண்டும் அலைந்தும்
அறையிருளில் ஓர் அபூர்வ நிகழ்வு

மின் தடை நீங்கி
அறை மீண்டும் உயிர்த்ததும்
மின்மினிகளை மறந்து தொலைத்தேன்

இன்னொரு மின்தடை இரவில்
மின்மினிகள் மறுபடியும் வரும்
அப்போது
நீங்களும் வருக

கேட்டால் விழிமயக்கும்
அந்த அற்புதக் கச்சேரியைப்
பார்த்து மகிழலாம்

## மாம்பழக் காலம்

வாக்குறுதிகளின் வனம் கடந்து
நான் வந்து சேர்வதற்குள்
தீர்ந்துபோயிருந்தது மாம்பழக் காலம்

நாசியில்
மாம்பூ விரியும் ஞாபகவாசனை
உதடுகளில்
சாறொழுகும் கதுப்பின் ருசி

புளிப்பிலிருந்து மதுரத்துக்கும்
பசுமையிலிருந்து பொன்மைக்கும் மாறும்
மாங்கனிவின் பிசின்மணத்தில்
அலைந்து ததும்புகிறது வேட்கை

ஒரு முறை முகராமல்
ஒரு துளி நுகராமல்
ஒரு துண்டு சுவைக்காமல்
தீர்ந்துபோனதே மாம்பழக் காலம்

விரகிதனாய்
உன் உதடுகளைக் கவ்விக் கடந்து
துழாவிய நாக்கில் சிக்கியது
நீயுண்ட கனியின் நார்

சுவைக்கையில் மீண்டது –
சாற்றின் இனிமை
கதுப்பின் ருசி
ஒரு மாம்பழப் பருவத்தின் நறுமண வசந்தம்

## நடுப்பகல் மௌனம்

மயானத்திலிருந்து திரும்பியவர்கள்
மௌனத்தை
வீட்டுக்குள்ளேயே விட்டுவிட்டுப் போனார்கள்

வீட்டவர்கள்
இருந்தபோது சொல்லாமல் மறைத்த ரகசியங்களை
இறந்தவரிடம்
மௌனத்தில் சொல்லிக்கொண்டிருந்தார்கள்

குழந்தைகள்
கத்தவோ சிரிக்கவோ கூடாதென்று
மௌனமாக மிரட்டப்பட்டிருந்தார்கள்
மிரட்டலைப் புறக்கணித்து அவர்கள்
மௌனத்தில் துள்ளிக்கொண்டிருந்தார்கள்
மௌனமாக சிரித்துக் குலுங்கிக்கொண்டிருந்தார்கள்

துக்கம் கேட்க வந்தவர்கள்
கூடுதல் மௌனத்தை
வீட்டுக்குள்ளே இறக்கி வைத்துப் போனார்கள்

கரைந்துகொண்டே வந்த காகம்
வீட்டைக் கடக்கும் வரை
சிறகடிக்காமலேயே பறந்தது
ஒவ்வொரு வாசலாக முகர்ந்தபடி
விசாரித்து வந்த தெருநாய்
மௌனத்தால் வெருண்டு தாவியது
வீட்டின் இயக்கமும் வெளியின் சலனமும்
செவிடர்கள் பார்க்கும் காட்சிபோலிருந்தன

அடுத்தவரிடம் சொல்லாமல்
ஒவ்வொருவரும் காத்திருந்தது போல
எதிர்பாரா வேளையில்
நிலநடுக்கத்தின் பெருமுழக்கத்தோடு
புழக்கடைத் தென்னையின் மட்டை விழுந்தது

பின்னர் எல்லாம் ஒலித்து இயங்கின
வீட்டுக்குள்ளே பேசிக்கொண்டிருந்தார்
இறந்தவர் மட்டும் நிசப்தமாக

## ஒற்றை நெல் வயல்

எப்போதோ வரப்போரம் நடந்ததில்
ஒட்டி உடன் வந்த நெல்விதை
சிமெண்டுத் தரை இடுக்கில் உதிர்ந்து
முளைவிட்டு நாற்றானது

ஒற்றைப் பயிர்
துயர் அசைவாய்க் காற்றில் துவள்வதன் காரணம்...

வயல் நீங்கிய ஏக்கம்?
முற்றி உதிர்ந்து மீண்டும்
விளைய முடியாத சோகம்?
பறவைப் பசிக்கு இரையாகாத வருத்தம்?
மானுட வயிற்றில் பருக்கையாகாத துக்கம்?

உலர்ந்த பயிரைக் களையும்போது
மண்பிளந்து ஒலித்தது –
நிறைகர்ப்பிணியின் பேற்று நோவு அலறல்

## இருந்துகொண்டே இருப்பவர்கள்

ஒருமுறை பார்த்தவைபோல அல்ல
அதே இடங்களும்
அதே காட்சிகளும்
இன்னொருமுறை பார்க்கும்போது
எனினும் சலிப்பூட்டுகிறது
ஒரே வழி ரயில் பயணம்

நொடிநேரம் நிலைத்து மறுநொடி கலையும்
மலைகள் நதிகள் மரங்கள்
வயல்கள் வழிகள் வீடுகள்

சலிப்பூட்டுவதாகவே இருக்கும் எல்லாம்

இருப்புப் பாதைக்கு அருகில்
ஏதாவது ஒரு வீட்டுக்குள்ளிருந்து
அவசரமாக ஓடிவந்து
சின்னக் குழந்தை கையசைக்கும்வரை

பயணத்தின் பாக்கியம்
நேற்றும் இன்றும் நாளையும்
கையசைத்து வழியனுப்ப
இருந்துகொண்டேயிருக்கிறார்கள்
சின்னக் குழந்தைகள்

# குரு

"நம்மால் நமது கண்ணைக் காண முடியாது. நமது கண்ணும் கண்ணைக் காண முடியாது. நமக்கு முன்னால் ஒரு கண்ணாடியை வைக்கும்போது நாம் அந்தக் கண்ணாடியில் பிரதிபலிக்கிறோம். அந்த நிழலுக்கு (பிம்பத்துக்கு) நம்மைக் காணும் ஆற்றலில்லை. நம்மால் நம்மையே ஏறிட்டுப் பார்க்கவும் முடியாது. நாம், நம் முன்னால் வைத்திருக்கும் கண்ணாடியையும் அந்தக் கண்ணாடிக்குள்ளிருக்கும் நிழலையும் காண்கிறோம். நமக்கு மேலேயுள்ள கடவுள்தான் அப்போது சகலத்தையும் பார்க்கிறார்."

நாராயண குருவின் 'ஆத்ம விலாசம்'

நடந்து வந்த வழியெல்லாம்
நிழலை விட்டு வந்தார் குரு

நிழல்
ஊற்றெடுத்துப் பெருகியது
தாகம் தணிந்தனர்

நிழல்
தாமரையாய் மலர்ந்தது
சுவாசித்து சுகந்தமாயினர்

நிழல்
விளக்காகச் சுடர்ந்தது
காட்சிகள் அறிந்தனர்

நிழல்
பாதையாய் நீண்டது
சேரிடம் அடைந்தனர்

*நிழல்*
*உண்கலமாய் வாய்த்தது*
*பசிப்பிணி நீங்கினர்*

*நிழல்*
*ஆலமரமாய் நிமிர்ந்தது*
*இளைப்பாறிக் கொண்டனர்*

*நிழல்*
*முதலெழுத்தாய் ஒளிர்ந்தது*
*பார்வை பெற்றனர்*

*நிழல்*
*கண்ணாடியானது*
*பாராமல் விலகினர்*

*நிழல்*
*தேடலின் திசைகாட்டியானதும்*
*சகலரும் அகன்றனர்*

*பெயர முடியாத பீடத்தில்*
*நிழலற்று*
*பிரதிஷ்டை செய்தனர்*

*இப்போது*
*காற்றுப் புகாத கண்ணாடிக் கூண்டுக்குள்*
*மூச்சுத் திணறிக்கொண்டிருக்கிறார் குரு*

## முதலாவது வார்த்தை

எனது முதலாவது வார்த்தை
எந்த மொழியில் இருந்ததென்றோ
எந்த உணர்வால் கிளர்ந்ததென்றோ
எவ்வளவு குடைந்தும் நினைவில் இல்லை

இன்று எனக்கு
யோசிக்க பரிமாற பிழைக்க
மூன்று மொழிகள் தெரியும்
உபரியாக மௌனமும்

எனது கடைசி வார்த்தை
எந்த மொழியில் இருக்குமென்றோ
எந்த உச்சரிப்பில் கேட்குமென்றோ
எவ்வளவு முயன்றும் தீர்மானம் இல்லை

எதுவானாலும்
எனது நான்கு மொழிகளிலும் இல்லாததாக
இருக்கக் கடவது
எனது கடைசி வார்த்தை

## அன்பின் வெகுமானமாக

அன்பின் வெகுமானமாக
நீ கொடுத்த பூங்கொத்தின்
ஏதோ ஒரு மலரில் மிஞ்சியிருக்கிறது
அந்தத் தேன்கூட்டை முழுமையாக்கும்
கடைசி துளித்தேன்

எது அந்த மலர் என்ற
கேள்வி விரியும் இடமாகிறது
காலம்

## அற்றைத் திங்கள்

எவ்வித் தொட்டால்
கைப்படும் போலிருந்தன
மேகங்களில்லாத அன்றைய வானமும்
குளிர்நிற நிலாவும்

நிலாவுடன் பேசிக்கொண்டே
வீடு திரும்பியதில்
தனிமைப் பயங்களோ
வழிநடை அலுப்போ
தெரியவே இல்லை

வீடடையும் முன்பே
விடைசொல்ல மறந்து
வாசலைத் தாண்டி உள்ளே புகுந்தேன்
வெளியைக் களைந்து வீட்டை அணிந்து
கூரை சுவர்கள் தரையென்று இயங்கையில்
வழித்துணை நிலாவை வாசலில் நிறுத்திய
நன்றிக்கேடு உறைக்க வெளியே ஓடினேன்

முற்றத்து வானில் பிரிந்த நிலவு
தெருவைக் கடந்து மறைந்துபோயிருந்தது

அதன் பிறகு ஒரு நாளும்
நிலவு என்னுடன் வரவே இல்லை

## கர்த்தரிடம் நோவா செய்துகொண்ட விண்ணப்பம்

"வானத்தின் கீழே ஜீவசுவாசமுள்ள சகல மாம்சஜந்துக்களையும் அழிக்க நான் பூமியின் மேல் ஜலப்பிரளயத்தை வரப்பண்ணுவேன்; பூமியிலுள்ள யாவும் மாண்டுபோம்."

— *ஆதியாகமம்: அதிகாரம் 6; வசனம் 17*

### முதலாம் அதிகாரம்

இராப்பகல் ஓயாத நாற்பதுநாள் மழைக்கு
ஏழுநாள் முன்பு
கர்த்தரிடம் நோவா விண்ணப்பித்துக்கொண்டது
பின்வருமாறு:

கர்த்தரே
உமது கட்டளைப்படி
எல்லாம் செய்தாயிற்று

கொப்பேர் மரத்தால் பேழை உண்டாக்கினேன்
நீளம் முந்நூறு முழம்
அகலம் ஐம்பது முழம்
உயரம் முப்பது முழம்

உமது கட்டளைப்படியே
பேழைக்குள் அறைகளை உண்டுபண்ணினேன்
உள்ளும் புறம்புமாகக் கீல்பூசினேன்
மேல்தட்டுக்கு ஒரு முழம்தாழ்த்தி
ஜன்னலை உண்டுபண்ணினேன்
கதவை அதன் பக்கத்தில் வைத்தேன்
கீழ் அறைகளையும்
இரண்டாம் மூன்றாம் தட்டுகளின் அறைகளையும்
பண்ணினேன்

உம்மோடு செய்த
உடன்படிக்கைப்படியே
மாம்சமான ஜீவன்களில்
வகை ஒன்றுக்கு ஆண் பெண் ஒவ்வொரு ஜோடாய்ப்
பேழைக்குள் சேர்த்தேன்

ஆகாயத்துப் பறவைகள்
ஒவ்வொன்றிலும் ஒரு ஜோடு
சுத்தமான மிருகங்கள்
ஒவ்வொன்றிலும் ஒரு ஜோடு
சுத்தமில்லாத மிருகங்கள்
ஒவ்வொன்றிலும் ஒரு ஜோடு
ஊரும் பிராணிகள்
ஒவ்வொன்றிலும் ஒரு ஜோடு
நீந்தும் மச்சங்கள்
ஒவ்வொன்றிலும் ஒரு ஜோடு

உமது ஆணைப்படியே
நானும் என் மனைவியும்
என் குமாரரும் குமாரரின் மனைவிகளும்
பேழைக்குள் பிரவேசிக்கச் சித்தமாக இருக்கிறோம்

வகை ஒன்றுக்கு ஒரு ஜோடென்பதில்
உமது வகைக்கு இணையைச் சொல்ல
மறந்தீர் என்பதால்
நீர் கட்டளையிடாத ஒன்றையும்
பேழைக்குள் சேர்த்திருக்கிறேன் கர்த்தரே
மாம்ச ஜீவனாக
உமக்கும் ஒரு ஸ்திரீ ரூபம்

**இரண்டாம் அதிகாரம்**

ஜலம் பெருவெள்ளமாகி
பூமியின் மேல் மிகவும் பெருகிற்று
ஜலத்தின் மேல் இன்னும் மிதந்துகொண்டிருக்கிறது
பேழை

## சான்றுகள்

ஒரு காக்கை
தன் எச்சத்தைக்
கொத்தி விழுங்கியதில்லை
இன்னொரு காக்கை
மற்றொரு காக்கையின் எச்சத்தைக்
கொத்தி ஊட்டியதில்லை

காக்கை மட்டுமல்ல
குருவி, கழுகு
எந்தப் பறவையும்

ஒரு பன்றி
தன் விட்டையை
நக்கிப் புசித்ததில்லை
இன்னொரு பன்றி
மற்றொரு பன்றியின் விட்டையைப்
புசிக்கச் செய்ததில்லை

பன்றி மட்டுமல்ல
கழுதை, நாய்
எந்த விலங்கும்

நானும்
என் மலத்தைத் தின்பதில்லை
உன்னைத்தான் தின்னவைக்கிறேன்
நான், நீ, நாம்
ஒவ்வொருவரும்

பறவைகள் விலங்குகளைவிடவும்
மேலானவர்கள் நாமென்பதற்கான
அதிகப்படியான சான்றுகள்
அன்றாடம் உருவாகிக்கொண்டிருக்கின்றன

## நிலை

பற்றியிழுத்துத் துய்த்த இதழ்களில்
சற்றுமுன் நீ சுவைத்த இனிப்புப் பண்டத்தின் மதுரம்

பரவசமாய் உன் முடிச்சுருளில்
இடறி நகர்ந்த விரல்களில்
படர்ந்த உன் சௌந்தர்யக் கூச்சம்

திளைக்கத் திளைக்கக் கவ்விய
உன் கனிந்த மார்புகளின்
உள்ளொடுங்கிய காம்புகள்
விறைத்து நிமிர்ந்த திவ்விய நொடி

உன் நாபிச் சுழலில் வட்டமிட்டிறங்கி
உன்னில் கரைந்த மாயச் சுழற்சி
சுழற்சியை உள்வாங்கும் உன் கருணை

விரியத் திறந்து வரவேற்கும்
மென்மயிர்க் கருஞ்சுடரில்
முத்தங்கள் உதிர்க்கையில் கேட்கும்
உயிரின் அசைவுகள்

பரஸ்பரம் பகிர்ந்து
ஒருவரில் ஒருவர் நிறைந்து கிடக்கையில்
சலனமற்ற நீர்நிலையாயிற்று படுக்கை

ஒரே கணத்தில் தனித்தனித் துளியாகத் திரண்டு
ஒரே கணத்தில் ஒரே திவலையாகக் கலந்து
ஒரே கணத்தில் சொட்டி விழுந்தோம்
அலைபுரளத் ததும்புகிறது நீர்நிலை

## பரோல்

அவ்வப்போது
பரோலில் வெளிவந்து
உன்னோடு காதல் செய்வதில்
குற்றமுணர்கிறேன் பெண்ணே

எனவே
என்னை நீ இழந்துபோவதில்
எனக்குப் பெருந்துக்கமில்லை

நான்
பற்றியிழுத்துத் துய்த்த உன் இதழ்கள்
விரகத்தின் குளிரால் வெடிக்கக்கூடும்
உன் முடிச்சுருளில்
பரவசமாய் இடறி நகர்ந்த என்
விரல்கள்
வெப்பமற்று உறையக்கூடும்

நான்
திளைக்கத் திளைக்கக் கவ்விய
உன் கனிந்த மார்புகளின்
உள்ளொடுங்கிய காம்புகள்
என் ஈரநாவுக்குள் விறைந்து நிமிரும்
திவ்விய நொடிகள் இனி இல்லாது
போகும்

உன்
நாபிச் சுழலில் வட்டமிட்டு இறங்கி
உன்னில் கரையும் மாயச் சுழற்சி
ஓய்ந்துபோகும்

விரியத் திறந்து வரவேற்கும்
மென்மயிர்க் கருஞ்சுடரில்
படர்ந்த முத்தங்கள் உதிரக்கூடும்

எனினும்
நாம் பரஸ்பரம் பகிர்ந்து
ஒருவருக்கொருவராய் நிறைந்த
காலத்தின் நினைவுக்காய்
உன் பாதங்களில்
என் இரு துளிக் கண்ணீர்

எப்போதும் நீ
கருணை விளைக்கக் காத்திருக்கும்
பக்குவ வயல்
இப்போது நான்
வாக்குறுதியின் பிழையில் சிறைப்பட்ட
மலட்டு மேகம்

அடிக்கடி பரோல்
அனுமதிக்கப்படுவதில்லை பெண்ணே
என்னை நீ இழந்துபோவதில்
எனக்குப் பெருந்துக்கமில்லை
ஏனெனில்
என்னை நான்
கடந்துகொண்டிருக்கிறேன்

## ஒரு ஜோடிக் காலணிகள்

யாரால் யூகித்துச் சொல்ல முடிகிறது
மரணம் வரும் வழியை?

காலடித் தடம் பதியாமல்
வந்துபோன பின்பு
வழியெல்லாம் மிஞ்சுகின்றன
எந்தக் காலணிக்குள்ளும் அடங்காத
அதன் சுவடுகள்

யாரால் கிரகித்துச் சொல்ல முடிகிறது
மரணம் அழைக்கும் குரலை?

மூச்சொலி எழுப்பாமல்
முழங்கித் தணிந்த பின்
செவிகளில் அலைமோதுகிறது
எத்தனை கைகளால் பொத்தியும்
அதன் ஓலம்

இன்று நான்
படியேறிச் சென்றமர்ந்த
யாருமற்ற வீட்டின் வாசலில்
திசையதிர ஒலித்துத் திரிந்தன
எந்தக் கால்களுக்கும் பொருந்தாத
ஒரு ஜோடிக் காலணிகள்

## மிச்சம்

எப்போது கடல்
அபகரித்துச் சென்றதோ தெரியவில்லை

கொண்டுவந்து கரைசேர்த்த
பிஞ்சுச் சடலத்தின் கைகள்
மூடியிருந்தன

பலவந்தமாய்ப் பிரித்துப் பார்த்தபோது
கண்டேன்

கொஞ்சம் மண்ணையும்
அதில் துளிர்விட்டிருந்த
ஏதோ சிறு செடியையும்

## இடவழுவமைதி

ஒரே பெயரில்
ஒரே இடத்தில்
இரண்டு பேர் இருப்பது
உசிதமல்ல என்றுணர்ந்த
பால்ய தினங்கள்

ஒரே வகுப்பில்
ஒரே பெயரில்
இரண்டு பேர் இருந்தோம்
முதலெழுத்தில் வித்தியாசம்
என்னுடையது 'என்'
அவனுடையது 'எஸ்'

அவனுக்கான பாராட்டு
சமயங்களில் எனக்கு
எனக்கான தண்டனை
சமயங்களில் அவனுக்கு

அடையாளம் பிரிக்க
பட்டப் பெயர்கள்
சூட்டப்பட்டோம்
அவன் உலக்கை
நான் ஊசி

காய்ச்சலில் விழுந்து
பள்ளிக்குப் போகாமல்
திரும்பப் போன நாளில்
எல்லாரும் கேட்டார்கள்:

மலம்புழை அணையில்
மூழ்கியது நீயில்லையா?

வருகைப் பதிவுக்காகக்
கூப்பிட்டபோது
இரண்டுமுறை எழுந்து 'உள்ளேன்' என்றேன் –
அழைக்கப்பட்டது ஒருமுறை எனினும்

## வழக்கத்தைவிட

வழக்கத்தைவிட இருண்டிருக்கிறது இந்த இரவு
காரணம்
மழைமூட்டமல்ல

வழக்கத்தைவிட நீண்டு போகிறது இந்தச் சாலை
காரணம்
மனவேகமல்ல

முன்னால்
வெளிச்சம் சிதற விரையும்
மரண ஊர்தியைத் தொடர்கிறோம்

சற்று முன்புவரை
எங்களோடு உரையாடியவர்
ஊர்திக்குள்ளே
ஆனந்த ஓய்வு கொண்டிருந்தார்

சற்று நேரத்துக்குப் பிறகு
சேருமிடம் சேர்ந்ததும்
எங்களோடு உரையாட
ஊர்தியைவிட்டு
வெளியே வரலாம் அவர்

ஆனால்
அடைந்தாலும் முடியாத சாலையில்
போய்க்கொண்டேயிருக்கிறது ஊர்தி

## துலாபாரம்

உனது கனத்தால் தாழ்ந்திருக்கும்
தட்டைச் சமமாக்க
மறுதட்டில்
எதை வைப்பதென்று
எனக்கின்னும் புலப்படவில்லை

என்னைச் சமநிலைப்படுத்த
நான் வைத்தவை:

எனது துளசி மணப் பிரியம்
உப்புக் கரிக்கும் என் துக்கம்
பருத்தி வாடையுள்ள என் அம்மணம்
பவழமல்லிக் காதல்
சண்பகக் காமம்
உறவுகளை வெட்டியெறிந்த நிணம்
நண்பர்களைக் கீறிய தாழம்பூ முட்கள்
வெற்றியின் செவ்வந்தி
சரணாகதியில் பூத்த எருக்கு
இடறி விழுந்த காயத்தின் மண்
வெற்றுப் புணர்ச்சியில் கசிந்து
நெடியழியாது உறைந்த விந்து
மரணம் தீண்டி விலகிய
கடிவாயிலிருந்து பீறிட்ட உதிரத்தின் தேக்கம்

எனினும்
உயர்ந்தேயிருந்தது நானமர்ந்த தட்டு
என்னை விலைபேசிக் கிடைத்த
முப்பது வெள்ளிக்காசுகளை
ஒவ்வொன்றாய் வைக்கிறேன்
நெடுங்காலமாய்த் தாழாத என் தட்டு
காசுக்கு ஒரு வினாடியாகச்
சிணுங்கி நெளிந்து இறங்குகிறது

இப்போது
நானும் நீயும் ஒரே கனம்
நானும் நீயும் சமம்

## வாசிப்பு

காத்திருக்க வேறிடமின்றி
நூலகத்தை நீங்கள் தேர்ந்தது
இயல்பானது

காலத்தைக் கடந்து
வெளியை மீறி
மொழியைத் துறந்து கேட்கும்
குரலுக்காகவோ
அல்லது
காகிதமண்ணின் போதைக்காகவோ
அல்லது
அலுத்துச் சுழலும் மின்விசிறியின்
சங்கீத மீட்டலுக்காகவோ
அல்லது நூலகத்தில் கவிந்திருக்கும்
நிர்ப்பந்த அமைதிக்காகவோ
நீங்கள் நூலகத்தைத் தேர்ந்திருக்கலாம்

காலியிருக்கைகள் பல கிடக்க
முந்திய விநாடியில்
ஆளெழுந்து போன
நாற்காலியைத் தேர்ந்ததும்
இயல்பானது

காற்றோட்டமான இடமென்பதாலோ
அல்லது
முன்னவர் மிச்சமாக்கிய
மனிதச் சூட்டை உணர்வதற்காகவோ
அல்லது
பின்னால் அவிழ்ந்த ஆசனத்தை
யோசனையுடன் முடைவதற்காகவோ
அல்லது
கற்பனைக்கு உகந்த தோற்றத்தில் உட்கார்ந்து
மனதுக்குள் ரசிப்பதற்காகவோ
நீங்கள் நாற்காலியைத் தேர்ந்திருக்கலாம்

நூலகத்தில் நீங்கள் அமர்ந்திருக்கும் மேஜைமேல்
முன்பு இருந்தவர்
பாதி வாசித்துக் குப்புறக் கிடத்திய
புத்தகத்தை எடுத்ததும்
அவர் விட்டுப் போன பக்கத்தில்
வாசிப்பைத் தொடங்கியதும்
இயல்பானது

எனது சந்தேகம்
அவர் எங்கே நிறுத்தினார் என்பதை
நீங்கள் அறிவீர்களா?
இரண்டு பக்கங்களில்
இரண்டு பக்கங்களிலுமுள்ள பத்திகளில்
எங்கே அவரது நிறுத்தம்?
அங்கிருந்து நீங்கள் தொடங்குவீர்களா?
அல்லது
நீங்களும் மேஜைமேல்
குப்புறக் கிடத்திப் போனால்
அடுத்தவர் எங்கிருந்து தொடங்குவார்?

ஒரு புத்தகம்
ஒவ்வொருவருக்கும்
ஒவ்வொரு புத்தகமாவது
எவ்வளவு இயல்பானது

நீருக்குக் கதவுகள் இல்லை
2011

## மழையில் திளைக்கும் பெருநிலம்

கோடைமேகம்போலப்
போகிறபோக்கில் பொழிந்து நகர்கிறாய்.

தகித்துக்கிடந்த விரகநிலம்
உன் அரைகுறைத்தூறலால்
முன்னைவிடக் கொதிக்கிறது.

ஈர ஸ்பரிசத்தால் நீ கோதிய
கூந்தல்கொடி கலைந்து
சிக்கி விழுகிறது.

வானவில் நிறங்களுடன்
விழிகளில் சொட்டிய துளிநீர்
பார்வையில் படர்ந்து வெண்ணிருளாகிறது

தாகத்துடன் பிரியும் மண்ணிதழ்களில்
பகிர்ந்த நீர்மை
நொடியில் வறண்டு வெடிப்புகள் மிஞ்சுகின்றன

இலைமூடிய கற்பழங்கள்
நீ குளிர்ந்து வருடியதில் குழைந்து நிமிர்ந்து
நீ பெயர்ந்ததும் இறுகுகின்றன

ஆழங்களில் கிடக்கும் வேட்கையின் அடுக்குகளில்
பரவிக் கசியும் தண்மைக்காகத் திறந்த
நாபிச்சுழல் அடைபடுகிறது

உயிர்முடிச்சில் ஊறித்தழைக்க
சிலிர்த்து அசைந்த கானகம்
உன் அவசர விலகலால் மூடிக்கொள்கிறது
அதன் ஊற்றுகள்
அடைத்துக்கொள்கின்றன

சமவெளியாகக் கிடந்த நான்
எரிமலையாகக் குலுங்குகிறேன்

பழகப்பழகப் பெண்
உடல்மட்டும் ஆவாளா?
முட்டாளே, நான்
மழையில் திளைக்கும் பெருநிலமில்லையா?

## பலிக் கோழை

அபத்தமானவையென்றும்
கொடூரமானவையென்றும்
தெரிந்தும் கூட
உமது ஆணைகளை ஓர் எழுத்துப் பிசகாமல்
நிறைவேற்றியிருக்கிறேன் ஐயா,
அப்போதெல்லாம் நான்
என்னாலேயே அவமதிக்கப் பட்டிருக்கிறேன்.

கொன்றது நாமல்ல எனினும்
சடலங்களைக் காட்டி யாசிக்கச் சொன்னீர்
உமது வாக்கை மறுக்கத் தெரியாமல்
ஒலிபெருக்கிவைத்து
ஒப்பாரி பாடினேன்
அப்போதெல்லாம் என் கண்ணீர்
எனக்கே மூத்திரமாய்க் கரித்தது

விரித்த துண்டில் சிதறிய நாணயங்களைப்
பொறுக்க நீர் குனிந்தபோது
நிலம்பிளந்து உம்மை விழுங்கட்டுமென்று
விரும்பியிருக்கிறேன்
அதுவோ உம் நிலம்
நீர் சொல்லாமல் இளகுமா?

சிதைத்தது நாமல்ல எனினும்
குலைந்த முலைகளையும் கிழிந்த யோனியையும்
எல்லாரும் காண வெளியரங்கமாக்கச் சொன்னீர்
உமது கட்டளைக்குப் பணிந்து
பேரொளி விளக்கைப் பொருத்தி
ஊர்க் காட்சியாக்கினேன்
அப்பொதெல்லாம் என் விந்து
என்னையே அமிலமாகப் பொசுக்கியது
காட்சிக் கட்டணத்தை
வசூலிக்க நீர் நடந்தபோது
மலைசரிந்து நீர் புதையக் கூடாதாவென்று
பிரார்த்தித்திருக்கிறேன்
அதுவோ உம் கடவுள்
நீர் ஆட்டுவிக்காமல் இயங்குமா?

விபத்துக்குக் காரணம் நாமல்ல எனினும்
இறந்து கிடந்தவனின் உடைமையை அபகரிக்கச்
சொன்னீர்
உமது சொல்லுக்குப் பணிந்து
தடயமில்லாமல் திருடினேன்
அப்போதெல்லாம் என் குடல்
என் வாய்க்குள் நாகமாய் நெளிந்தது

பறிமுதல் பொருளைக்
கக்கத்தில் இடுக்கிக்கொண்ட உம்மை
சிறைக்குள் தள்ளிவிடத் துடித்திருக்கிறேன்
அங்கோ உம் அதிகாரம்
நீர் பேசினால் கம்பிகள் நிற்குமா?

இவை உதாரணங்கள் ஐயா,
இதைச் செய்தவர் நீரல்ல
ஆனால் நீர்தான் என்றும்
தெரியும் எனக்கு
இதைச் செய்தவன் நானல்ல
என்மேல் அமர்ந்திருக்கும் நீர்தான் என்றும்
தெரியும் உமக்கு.

எல்லாம் கடந்து
இன்று நீர்
அபகரித்தது என் பொருளை
சிதைத்தது என் குறியை
கொல்லவிருப்பது என்னை
அதைச் செய்பவர் நீரல்ல
ஆனால்
என்னைப்போன்ற இன்னொரு பலிக் கோழையின்
தோளில் வீற்றிருக்கும் நீர்தான்

நீர் அறியாமல்போனீர்
என் அவமானங்களில் கனன்றுகனன்று
இப்போது நான் எரிதழல்
ஓர் எழுத்துப் பிசகாமல்
உமது ஆணைகளை நிறைவேற்றிய நான்
உமது பாதங்களைத் தொட்டு
ஒருமுறை ஒரே ஒருமுறை
வணங்க விரும்புகிறேன் ஐயா.

## நதியின் நீளம்

பூமியில் எழும்பி நின்ற
கருணையின் மூடுபனியைக்
கைப்பிடிக்குள் தேக்கினேன்
ஆதி நதியாயிற்று
அது.

பிடிக்குள் தளும்பிய நீரை
ஐந்துவிரல்களின் இடையில் கசியவிட்டேன்
அது
நான்கு ஆறுகளாகப் பெருகியோடியது.

முதலாவதாக ஆறு
உங்கள் வேட்கையின் கரையில் பாய்ந்தது
அதை
அதிகாரம் தழைப்பதற்காக ஒப்புக்கொடுத்தீர்கள்

இப்போது
நாவறண்டு திரிகிறீர்கள்.

இரண்டாவது ஆற்றை
உங்கள் ஆன்மாவின் துறைக்குள் ஓடவிட்டேன்
அதை
கனவுகள் வாங்க விற்றீர்கள்

இப்போது
உடல்சுமந்து அலைகிறீர்கள்

மூன்றாவது ஆற்றை
உங்கள் உறவுகளின் முடிச்சாக்கினேன்
அதை
பணயம்வைத்துத் தோற்றீர்கள்

இப்போது
சபிக்கப்பட்டுத் திரிறீர்கள்

நான்காவது ஆற்றை
உங்கள் பசிக்கு உணவாக்கினேன்
அதை
பனிப்பாளமாக்கிப் பதுக்கினீர்கள்

இப்போது
யாசித்துத் தடுமாறுகிறீர்கள்

நதியை நீங்கள்
நீளவாக்கில் அளந்தது பிழை

இரு கரைக்கும் இடையிலுள்ள தூரம்
இரு கரைக்கும் இடையிலுள்ள சஞ்சாரம்
இரண்டின் பெருக்கமே நதியின் நீளம்.

நீங்கள்
நிர்மாணித்த பாலங்களுக்குக் கீழே
ஆதியில் உற்பத்தியான நதிகளில்
பெருக்கெடுத்தோடுகிறது உதிரம்.

## காலயந்திரம்

புது வீட்டு வாசல்நிலையில்
கதவைப் பொருத்திக்கொண்டிருந்தார்கள்.

பொருந்தியதா என்று
முன்னும் பின்னும் கதவை அசைத்தார்கள்
அசைவில் உண்டாயின
வீடும் வெளியும்

வேடிக்கை பார்த்திருந்த
சித்தாள் பெண்ணின் குட்டிச் சிறுமி
எல்லாரும் நகர்ந்ததும்
கதவில் தொங்கி
முன்னும் பின்னும் அசைத்தாள்.

பாதி மூடிய கதவு
உள்ளே திறந்தது: சொன்னாள்:
'பாட்டி வீட்டிலிருந்து அம்மா வீட்டுக்கு வந்தாச்சு'

இன்றிலிருந்து பிதுங்கிய ஒரு நொடி
காலத்தை மீறி
விரிந்தது
விரிகிறது
விரிந்துகொண்டேயிருக்கிறது.

## சிந்துபாத்தின் கடற்பயணம்

முற்றத்துக் கையகலக் குழியில் நெளியும்
மழை மிச்சத்தில்
ஏதோ செய்து கொண்டிருந்தான் சிறுவன்.

நீர்மேல் ஒரு காகிதத் துணுக்கு
அதன் மேல் ஓர் எறும்பு

கேட்டதற்குச் சொன்னான்:
'கன்னித் தீவுக்கு
சிந்துபாத்தின் கப்பலை அனுப்பிக் கொண்டிருக்கிறேன்'

குழிக்கடலில் அப்போது
சீறிப் புரண்டது
ஒரு பேரலை.

## கடவுளின் எண்

நீர்மட்டத்துக்குமேல்
திவலைகள் உருண்டிறங்கும்
இடதுகை மட்டும் தெரிய ஒருவன்
குளத்தில் மூழ்கும் காட்சி
அவ்வப்போது கனவில் படர்ந்து
தூக்கம் முறிகிறது.

எல்லாரும் பார்த்திருக்க மூழ்கியவனின்
கடைசி வார்த்தைகள்
ஆழத்திலிருந்து குமிழிகளாய் உயர்ந்து
மேற்பரப்பில் மிதந்தன.

படியருகே அலைந்த மீன்கூட்டம்
இரையென்று விரைந்து
குமிழிகளைக் கொத்தி உடைத்தன
சிதறிய வார்த்தைகள் நீர்வட்டங்களாகக்
குளமெங்கும் பரவின
சதுரக் குளத்தைத் தாண்டிய வட்டங்கள்
கையணையில் தலைசாய்த்துறங்கும்
கரைப்பெருமானின் கால்களைத் தீண்டின
ஈர மொழியில் முறையிட்டன

அறிதுயிற் பெருவிழிகள் மெல்லத் திறந்து
இடது கையால் பாதம் சொறிந்த பின் – அவர்
மேனியை நீட்டி மீண்டும் கிடந்தார்
இரவு மேகம் இறங்கியதுபோல்
மெல்ல அடைந்தன தாமரைக் கண்கள்
கடவுளின் விழிகளே மூடிய பின்னர்
நமக்கென என்று எல்லாரும் தவிர்த்தனர்
எல்லா முகத்திலும் கடவுளின் நிர்க்குணம்
எல்லா நடையிலும் குற்றத் தடுமாற்றம்

இறந்தவன் மிதந்து கரைமீட்டபோது
இடதுகையைக் கவனமாய்ப் பார்த்தேன்
உள்ளங்கையில்
பெயரோ எண்ணோ
எழுதிய சுவடு கலைந்த மிச்சம்

என் பெயரல்ல
என் எண்ணல்ல
பார்த்த எல்லாரும் நிம்மதியடைந்தோம்

அவ்வப்போது கனவில் தெரியும்
இடது உள்ளங்கையில் கறைபோலிருப்பது
யார் பெயர், யார் எண்?
நெருங்கிப் பார்க்க முற்படும் முன்பே
தூக்கம் முறிக்கும் கனவு
குற்றம் உணர்த்தும் நெஞ்சு

ஒருவேளை
கடவுளின் பெயரோ எண்ணோ ஆக
இருக்கக்கூடுமோ அது?

## வனவாசி

அண்ணத்தில் ஒட்டிய மீசைத்துணுக்கைத்
துழாவி வெளியேற்றியதும்
படியிறங்கி அவன் போனதும்
தற்செயலல்ல;
நீண்ட யுகமாகக் காத்திருந்த தருணம்.

தாழிட்ட கதவுக்கு இப்பால்
அவள் மட்டுமானாள் அவள்

உடலில் கனத்த ஆடைகள் களைந்து
கொடியில் எறிந்தாள்
அவை
கசங்கி விரிந்து பசுந்தழைகளாயசைந்தன

நிலைக்கண்ணாடி
உருகிக் கரைந்து தரையில் தேங்கி
நீர்நிலையாகத் தளும்பி
அவள் பார்க்கச்
சிலிர்த்து நெளிந்தது

உலோகக் குழாய் அகன்று
முடிவற்ற அருவியாய்ப் பொழிய
நனைந்த உடலில் மிஞ்சிய துளிகளைத்
துவட்டி நீக்கியது காற்று

பாரமே இல்லாத நீர்க்குமிழிகள்போல
துள்ளி நடக்கையில் ததும்பின மார்புகள்
அறைக்குள் அலைந்த வெளிச்சம்
மழிக்கப்படாத உறுப்பில் கைவீசி அளைந்தது

யாருமற்ற பொழுதில் புலர்ந்துகொண்டே இருந்தாள்
யாருமற்ற இடத்தில் பரவிக்கொண்டே இருந்தாள்

அழைப்புமணி வெருட்டியதும்
எறிந்த தழைகளை மீண்டும் அணிந்து
தாழிட்ட கதவை நெருங்கும் முன்னர்
ஈர உடைகள் கனத்து எரிந்தன

வெளியேற்றியதாய் மறந்த
மீசைரோமம் பற்களுக்கிடையில் நெருடியதும்
திறந்த கதவுக்கு இப்பால்
அவன் வந்து நின்றதும்
தற்செயலல்ல.

'கதவைத் திறக்க ஏனிந்தத் தாமதம்'
கேட்டான் அவன்
'வீட்டுக்கு அப்பால்
வெகுதொலைவில் இருக்கிறதே என் கானகம்'
சொன்னாள் அவள்.

## நதிப் பேச்சு

கரையிலமர்ந்து
ஓடும் ஆற்றைப் பார்த்துக்கொண்டிருந்தாள்
அவளுடன் சேக்கொண்டிருந்தது ஆறு.

ஆற்றில்
எல்லாம் ஓடிக்கொண்டிருந்தன
காற்று ஓடிக்கொண்டிருந்தது
மரங்கள் ஓடிக்கொண்டிருந்தன
பறவைகள் ஓடிக்கொண்டிருந்தன
மேகங்கள் ஓடிக்கொண்டிருந்தன
சூரியன் ஓடிக்கொண்டிருந்தது.

தெருக்கள் ஓடிக்கொண்டிருந்தன
வீடுகள் ஓடிக்கொண்டிருந்தன
அவளும் ஓடிக்கொண்டிருந்தாள்.

அவள் ஓடிக்கொண்டிருந்தபோது
காற்றும்
மரங்களும்
பறவைகளும்
மேகங்களும்
சூரியனும்
ஓடாமல் நின்றன.

அவள் வீடு திரும்பியபோது
ஓடாமலிருந்தது ஆறு
ஓடிக்கொண்டிருக்கிறாள் அவள் மட்டும்
ஆற்றுடன் பேசிக்கொண்டே.

# ஆணொரு பாகினி

மதனப்பள்ளி.
தெருவில்
அனல் உதிரும் பகலாக இருந்தது அப்போது.

வட்டமிட்டிருந்தார்கள் அவர்கள். ஆண். பெண். குழந்தைகள். வட்டத்துக்குள்ளிருந்தாள் அவள்.

விநோத ரூபிணி. வீதி நர்த்தகி. அபூரணி. இரக்கத்துக்குரியவள். வட்டத்தின் உள் விளிம்பில் அவன். விநோதரூபன். வீதி இசைஞன். பூரணன். அவளின் தோழன். வட்டத்தைக் கடந்து ஒலிக்கிறது இசை. டோலக் திமிரி. யாசகக் குரல்.

வாரிப் பின்னிப் பூச்சொருகிய சிரம். இறைஞ்சும் கடல் விழிகள். கைகள் குன்றிய முடத் தோள்கள். ஆடையின் இருளுக்குள் இறுகிய மார்புகள். ஒசியும் இடை. வளர்ச்சி முடங்கிய குறுந்தொடைக் கால்கள்.

வட்டத்தைத் தாண்டி முழங்குகிறது டோலக். கலைஞனின் மூச்சில் யாசிக்கிறது திமிரி. வட்டத்துக்குள் குட்டைப் பாதங்கள் சுழல ஆடுகிறாள் நர்த்தகி. வட்டமிட்டுப் பார்க்கிறார்கள். ஆண்கள். பெண்கள். கைதட்டித் துள்ளுகிறார்கள் குழந்தைகள்.

நானும் பார்க்கிறேன்.

○

மதனப்பள்ளி.
ரயிலடியில்
குளிர் நடுங்கும் இரவாக இருந்தது அப்போது.

வெளிச்சச் சிதறல்கள். நடுவே இருக்கைகள். சரக்குப் பொதிகள். நடுவே யாசகர்கள். இருக்கைகளில் பயணிகள். ஆண். பெண். குழந்தைகள். பொதிகளின் இருளில் யாசகர்கள். இடுக்குகளில் பெருச்சாளிகள்.

இருள் விரிந்த நடைமேடை. உறக்கம் தொலைத்தவர்கள் நடக்கிறார்கள். ஆண்கள், அந்நியர்கள்.

நானும் நடக்கிறேன். இருளின் சந்துகள். முயங்குகிறார்கள். ஆண்கள். பெண்கள். ஆண்கள்.

ஆண்கள். பெண்கள். பெண்கள். ஆண்கள். மூன்றாம்

பாலினர். பெண்கள். மூன்றாம் பாலினர்.

பெருமூச்சு விடும் என்ஜின்கள். இளைப்பாறும் பெட்டிகள். வந்தவை. போகவிருப்பவை. ஓய்ந்த பெட்டிக்குள் பாடல் ஒலிக்கிறது. நகரும் ரயில் வெளிச்சம் பாடலைக் காட்சியாக்குகிறது.

திளைக்கிறாள் அவள். விநோத நர்த்தகி. பாட்டில் கிறங்கித் துவளுகிறான் அவன். விநோதக் கலைஞன்.
ததும்பும் இரு உடல்கள். கீழே அவன். மேலே அவள்.
துள்ளி உயர்கிறது கீழுடல். எம்பி அமிழ்கிறது மேலுடல்.
தேக வைபவம். நான் பார்க்கிறேன்.
காமத்தின் பேரிசை. நான் கேட்கிறேன். இரு உடல்கள் ஒன்றுக்கொன்று முழுமையாக்குகின்றன. நான் உணர்கிறேன். காலம் பரவசமாய் நிலைக்கிறது.
நான் சிலிர்க்கிறேன்.

துய்ப்பின் கணங்கள் வடிகின்றன. பல்லக்கிலிருந்து விக்கிரகத்தை இறக்குவதுபோல கையில்லாத நர்த்தகியைப் பெயர்க்கிறான் கலைஞன். சரீரம் பிய்வதுபோல் சரிந்து நிமிர்கிறது குறையுடல். நிர்வாண அபூரணி. கடல்விழி விளிம்பில் மிதக்கிறேன் நான்.
மோகநீர் சுழலும் விழிக்குள் ததும்புகிறது நாணம்.
பார்க்கக் கிடைத்ததா பரவசம்? எனவே நாணம்.
அந்தரங்கம் காட்சியானதே? எனவே கனல்கிறது கோபம்.
இருளில் மறைகிறார்கள் இருவரும்.

முயக்கத் தருணத்தில் உடல்கள் உடல்கள் மட்டும்.
ஆணில்லை. பெண்ணில்லை. இரண்டும் துறந்த உயிருடல் மட்டும்.

நானும் நடக்கிறேன்.

○

மதனப்பள்ளியிலிருந்து திரும்பும்போது
கேட்டுக்கொண்டேயிருந்தது டோலக்கின் தாளம்.
கடவுளின் இதயத்துடிப்புப்போல. தும்தும்நம்
ததிம்தோம் நம். கேட்டுக் கொண்டேயிருந்தது கடவுளின்
முனகல்போல. குறையுடற் பெண்ணின் இரவுப் பாடல்.

## சிட்டுக்குருவியைப் போலே...

இருந்தேனே தவிர வாழவில்லை அவ்வீட்டில்;
என்பதனால்
மாற்றத்தால் விசனமில்லை; ஆனாலும்
பொருட்கள் நீங்கிய காலி அறைகளுக்குள்
கீச்சிட்ட குரலால் கண்கள் கசிந்தேன்
கழிவுநீர்க் குழாயிடுக்கிலிருந்து
குருவிக் குடும்பம் விடை சொல்லி அனுப்பியது:
'கூடு மாறுகிறீர்களாக்கும். கீச் கீச் கீச்
போய் வாருங்கள் கீச் கீச் கீச்'.

வாழவிரும்பிக் குடிபுகுந்தேன் இவ்வீட்டில்; இருப்பினும்
மாற்றத்தால் நிறைவில்லை; எனினும்
பொருட்கள் திணித்த குறுகிய சுவர்களுக்குள்
கீச்சிட்ட குரலால் கண்கள் மலர்ந்தேன்
சன்னல் கம்பி மேல் வந்தமர்ந்து
குருவிக்குரல் விசாரித்தது:
'புதிய கூடு வசதிதானே? கீச் கீச் கீச்
நலமாய் இருங்கள் கீச் கீச் கீச்'.

இருந்த வீட்டில் வசிக்கும் குருவியா இது?

இருக்கலாம்; இல்லாமலிருக்கலாம்.
எதுவாயினும் எனக்கு
இந்தக் குருவி அந்தக் குருவியே.

## அதற்குள்...

சாவா
சாவுக்கு விரட்டும் கணங்களின் வாழ்வா
காரணம் எது? தெரியவில்லை.
இருப்பினும்
இரண்டாவது தற்கொலை
முதலாவதைப் போல
அரைகுறையாய் முடியாது
அபத்தமாக இருக்காது

அது
கனவின் பனியற்றதாக இருக்கும்
அது
நம்பிக்கையின் கானலற்றதாக இருக்கும்
அது
மரணத்தின் நிச்சயமாக இருக்கும்
அது
வெஞ்சினத்தின் கருணையாக இருக்கும்

அதற்கான உபாயம்
யாரும் இதுவரை அறியாததாக இருக்கும்

அதற்குள்
இந்த வரிகளை முடிக்க வேண்டும்
அதற்குள்
தற்கொலைக்கான புதிய உபாயத்தை கண்டுபிடிக்க வேண்டும்
அ த ற் கு ள்...

## வாணியின் வீடு

எவருக்கும் எங்கேயும் போக இடமில்லை;
எனினும் எல்லாரும் போகிறார்கள்

அவர்கள் இவர்கள் நான் நாம்
எல்லாரும் போய்க்கொண்டிருக்கிறோம்

இந்தக் கைவிடப்பட்ட நிலத்தில்
வாணி, நீ மட்டும்
ஒருவேளை
உன்னோடு இருக்கலாம்
அநாதைப் பிள்ளைகள்
அநாதைப் பெற்றோர்
அநாதைப் பறவைகள்
அநாதைப் பிராணிகள்
அநாதைக் கடல்
அநாதைக் கானகம்
அநாதைக் காற்று
அநாதை இதயம்

ஒருவேளை
நாமும் நானும் இவர்களும் அவர்களும்
திரும்பி வரும்போது நீயும் இருக்கக் கூடுமோ?

புதையுண்ட எலும்பாக
புழுவரித்த சதையாக
கல்லில் உறைந்த கண்ணீராக
எல்லாராலும் கைவிடப்பட்ட
நீ வசித்த வீட்டின்
இடிந்த சுவரில் கீறிய பெயராக.

## காமம் செப்புதல்

நீ தாகபூமியும்
நான் நீர்மேகமுமாய் இருந்தோம்
பிணக்குக்கு முன்பு.

உன் விடாய் தணிக்கப்
பொழியத் தயங்கியதே பிணக்கின் காரணம்

பிணங்கிக் குமுறிய பூமி
மேல்நோக்கி உருண்டது
நின்று தயங்கிய மேகம்
தழைந்திறங்கி மல்லாந்தது

இந்த உடற்பெயர்ச்சியில்
இப்போது
பூமி நான்
மேகம் நீ

பூமியை உறிஞ்சிவிடப்
பொழிகிறது
பொழிந்து தணிகிறது மேகம்

சினம் தணியக்
கூடலும் ஆயுதம் ஆவதெப்படி?
யோசித்துக் கிடந்த என் உதடுகளில்
சொட்டி விழுகிறது உன்
ஒரு துளிக் கண்ணீர்

அந்த ஒற்றைத் துளியில்
நூறு கடலின் உவர்ப்பு
அந்த ஒற்றைத் துளிக்கு
உறைபனிப் பாறையின் கனம்.

## பிரார்த்தனை

வானுயர நின்று வெளியைத் தழுவி விரிந்த
தேவமைந்தனின் கைகளின் நிழலில்
உபதேசியார் பிரசங்கிக்கிறார்:

'கடவுள் வீட்டை
நாம் கட்டுவோம்'

விசுவாசிகள் ஒப்புதல் செய்கிறார்கள்
'ஆமென்'

தேவமைந்தனின் அங்கிநிழலில் ஒண்டி
உபதேசியார் பிரசங்கிக்கிறார்:

'நம் வீட்டைக்
கடவுள் கட்டுவார்'

விசுவாசிகள் ஒப்புதல் செய்கிறார்கள்
'ஆமென்'

கூட்டத்தில் ஒளிந்திருந்த சாத்தான் கேட்கிறான்:
'உபதேசியாரா? கடவுளா?
வீட்டுக்கடனை யார் கட்டுவார்?'

விசுவாசிகள் ஒப்புதல் செய்கிறார்கள்
'ஆமென்'

## என்ன வேண்டும் உங்களுக்கு?

உங்கள்
அன்றாடக் கடன்களுக்குத் தேவையானவையெல்லாம்
இந்த மூலையில் இருக்கின்றன

கழிப்பிடம், நீர்க்குழாய், சவர்க்காரம், துவாலை,
வாசனைத் திரவியங்கள், ஒப்பனைப் பொருட்கள்
முகம் மூடும் கவசங்கள்

நீங்கள்
பசியாறுவதற்கானவையெல்லாம்
இந்த உணவுமேஜையில் இருக்கின்றன

அவித்தவை, பொரித்தவை, வதக்கியவை,
காய்கள், பழங்கள், உலர் கனிகள்,
பித்தம் கசியும் எட்டிக்காய்.

உங்கள்
தாகம் தணிப்பதற்கான பானங்களெல்லாம்
இந்தக் குவளைகளில் இருக்கின்றன

பால், குடிநீர், தேநீர், பழச்சாறு,
கண்ணாடிக் கோப்பையில் கலப்படமற்ற நஞ்சு.

நீங்கள்
இளைப்பாறவும் புத்துணர்வுபெறமானவையெல்லாம்
இந்த அறையில் இருக்கின்றன

படுக்கை, நாற்காலி, குடிநீர்ப் பானை,
சங்கீதம், புத்தகம்,
அவமதிப்பின் கனத்த சுவர்கள்.

தேர்ந்தெடுத்துச் சொல்லுங்கள்
என்னதான் உங்கள் தேவை?

## எப்போது?

நேசத்துடன்
என்னிடம் நீ பிரியத்தை சொன்னது எப்போது?
மொழியறியாத் தெருக்களில்
திசைதெரியாது அலைந்தேனே
அப்போதா?

பரிவுடன்
என்னை நீ தொட்டது எப்போது?
எரியும் வீட்டிலிருந்து
துள்ளித் தெறித்து வெளியேறினேனே
அப்போதா?

கரிசனத்துடன்
என் கைகளைப் பற்றியது எப்போது?
எவருக்கும் தர எதுவுமில்லாமல்
என் வலது கரத்தைத் துண்டித்தேனே
அப்போதா?

கனிவுடன்
என் முகத்தைப் பார்த்தது எப்போது?
பயத்தின் இருளில் யாரும்
பார்த்துவிடக் கூடாமல் மறைந்திருந்தேனே
அப்போதா?

உன்னைவிடப் பெருங்கருணையுடன்
நானிருந்த அமர நொடிகளில்
இல்லாமற் போனாயே
அது மறதியா, பதுங்கலா?

## மானஸி – நந்தன்: ஓர் உரையாடல்

**இது**
**மானஸியின் நினைப்புச் சார்ந்த**
**நந்தனின் யூகமாக இருக்கலாம்**
**அல்லது**
**நந்தனின் வேட்கை பற்றிய**
**மானஸியின் கணிப்பாக இருக்கலாம்:**

கூடல் வேளையில்
ஒருவரின் உடலில் மற்றவர்
எதைத் தேடுகிறோம்?

உன் உடலில் நான் என்னை
என் உடலில் நீ உன்னை

உடல் பேதமற்ற நொடியில்
உனக்குள்ளும் எனக்குள்ளும்
எது துளாவுகிறது?

இருவரையும் ஒன்றாக்கும்
உயிரின் முடிவற்ற ஜாலம்

உனக்குள் நானும்
எனக்குள் நீயும்
மறைந்திருக்கும் இடத்தை
உயிர் எப்படிக் கண்டடைகிறது?

நீ கடலானால்
மீன் பாதையைக் கண்டடைவதுபோல
நான் ஆகாயமானால்
பறவை வழியைத்
தெரிந்துகொள்வதுபோல
அல்லது
நான் கடலானால்
மீன் வழியைத் தெரிந்துகொள்வதுபோல
நீ ஆகாயமானால்
பறவை பாதையைக் கண்டடைவதுபோல

மீனுக்கும் பறவைக்கும்
விளக்கப் படமுண்டா?

மீனின் அணுவில் கடலின் நீர்ப்படம்
பறவையின் அணுவில் வானத்தின் திசைகாட்டி
இருக்காதா என்ன?

உனக்குள் என்னையும்
எனக்குள் உன்னையும்
நாம் எப்படிக் கண்டுபிடிக்கிறோம்
ஒவ்வொரு முறையும்?

## வாசவதத்தை தற்கொலை செய்த இடம்

நீங்கள் நின்றிருக்கும் இந்த இடம்
வயலாக இருந்தது முன்பு
இன்னும் மட்காத
ஏதோ விதை நெல்லின்
புனர்ஜென்மச் சுவாசம்
உங்கள் பாதங்களில் படரலாம்

நீங்கள் பார்க்கும் இந்த இடம்
அந்தப்புரமாக இருந்தது முன்பு
இன்னும் கடைத்தேறாத
ஏதோ கணிகையின்
உயிருள்ள விலா எலும்பு
உங்கள் பாதங்களை நெருடலாம்

நீங்கள் மிதித்திருக்கும் இந்த இடம்
காமத்தின் தடாகமாக இருந்தது முன்பு
இன்னும் மோகமடங்காத
ஏதோ விரகிதனின்
வலக்கை நடுவிரல்
உங்கள் பாதங்களையும் சுரண்டலாம்

ஏன் நின்றுவிட்டீர்கள்
தயங்காமல் வாருங்கள்
சொன்னதெல்லாம் நேற்றைய உண்மைகள்
இன்றைய கதைகள்

O

நீங்கள் நடந்து தீர்க்கும் இந்த இடம்
வயல்களாக இருந்ததால் ஆட்கள் இருந்து
ஆட்கள் இருந்ததால் கணிகையர் இருந்து
கணிகையர் இருந்ததால் கதைகள் படர்ந்த இடம்

உங்களூர்க் கணிகைகள் எப்படி இறந்தார்களென்று
தெரியாது என்கிறீர்கள்
எங்களூர்க் கணிகைகள் எப்படி இறந்தார்களென்று
தெரிந்து கொள்ளுங்கள்

ஒவ்வொரு கணிகைக்கும் ஒவ்வொரு மரணம்
ஒருத்திக்கு மூப்பு
ஒருத்திக்கு பட்டினி
ஒருத்திக்கு வியாதி
ஒருத்திக்கு விபத்து
ஒருத்திக்கு கொலை
ஒருத்தி மட்டும் தற்கொலையில் முடிந்தாள்

o

ஏனென்கிறீர்கள் கேளுங்கள்
தெரியாதா உங்களுக்கு
தற்கொலையும் ஓர் ஆயுதம்
எப்படியென்கிறீர்கள் கேளுங்கள்

எப்போதும்
கணிகை நிலம் மன்னர் கலப்பை
கணிகை கொள்கலம் மன்னர் கொடைக் கை
கணிகை இரை மன்னர் வேட்டையாடி
கணிகை பணிவு மன்னர் அதிகாரம்

அந்தப்புரத்தில் துயிலக்
கடமைப்படாத அபூர்வ நாளில்
ஏதோ ஒருவன்
பணிந்து கிடந்தான் கணிகை அமிழ்ந்தாள்
இரையாக் கிடந்தான் கணிகை கவ்வினாள்
வட்டிலாய்க் கிடந்தான் கணிகை பரிமாறினாள்
நிலமாய்க் கிடந்தான் கணிகை நீராய்ச் சுழன்றாள்

அந்தப்புரத்தில் துயிலக்
கடமைப்பட்ட வாடிக்கைப் பொழுதில்
ஆசைப்பட்டாள்
நிலத்தின் மீது மழையாய் இறங்க
கொடைக்கையாக உயர்ந்தேயிருக்க
இரையை விரட்டி விளையாடிப் பார்க்க
பணிவின்மீது கட்டளையாய்க் கவிய

விபரீதமென்கிறீர்கள் கேளுங்கள்
அடக்கம் ஒருநாள் அடக்கவும் விரும்பும்
ஐயமிருந்தால் துணைவியைக் கேளுங்கள்
சரி, மீதியும் கேளுங்கள்

அந்தப்புரத்து விதிகளை மீறிய
கணிகையை விரட்டியது அரசாணை

நீங்கள் சாய்ந்திருக்கும் இந்த மரத்தின் கிளையில்தான்
நிழலாய்த் தொங்கினாள்
இப்போதும் இலைகளில் கணிகையின் மூச்சு
தம்புரா ஒலிபோல் அசைவதைக் கேளுங்கள்

○

நீங்கள் மிதித்திருக்கும் இந்த இடத்தில்
மனைவிக்குத் தெரியாமல்
அழாத ஆடவரில்லை.

நீங்கள் நின்றிருக்கும் இந்த இடம்
முன்பு
காமத்தின் தடாகமாக இருந்தது
வாசவதத்தை அதில் நீராகத் ததும்பினாள்
அந்தப்புரத்தின் அதிகாரமாக இருந்தது
வாசவதத்தை அதில் மறுப்பாகத் திமிறினாள்
வயலின் சிலிர்ப்பாக இருந்தது
வாசவதத்தை அதில் தானியமாக முளைத்தெழுந்தாள்

நீங்கள் தெரிந்துகொண்டிருக்கும் இந்த இடம்
முன்பு
வாசவதத்தையின் உடலாக இருந்தது
வாசவதத்தை இங்கே இருந்துகொண்டேயிருக்கிறாள்

## சொற்குற்றம்

யாரிடமும் எதுவும் பேசப் பயமாக இருக்கிறது
யாரிடமும் எதுவும் சொல்லப் பயமாக இருக்கிறது

சொன்னதைச்
சொல்லவேயில்லை என்கிறார்கள்
சொல்லாததைச்
சொன்னதாகச் சொல்கிறார்கள்

நினைத்ததைச்
சொன்னதாகக் குற்றம் சாட்டுகிறார்கள்
சொன்னதை
நினைத்துக் கொண்டிருந்ததாகக் குறைப்படுகிறார்கள்

ஒருவேளை
சொல்லவேண்டியதை நினைக்காமல்
நினைப்பதைச் சொல்லியிருப்பேனா?
ஒருவேளை
நினைப்பதைச் சொல்லாமல்
சொல்லவேண்டியதை நினைத்திருப்பேனா?

சொன்ன சொற்கள்
சொல்லாத சொற்கள்
சொல்ல நினைத்த சொற்கள்
சொல்ல மறந்த சொற்கள்
எல்லாச் சொற்களும் ஏய்க்கின்றன
எதுவும் சொல்லப் பயமாக இருக்கிறது

யானைப்பாகனின் பயத்தைப்போல
பாம்புப்பிடாரனின் பயத்தைப்போல
வெடிகுண்டு செய்பவனின் பயத்தைப்போல.

## ஆப்பிள்

'துக்கம்
பாதி உரித்த ஆப்பிள்
அது
ஓர் உருவகமோ
ஒரு கவிதையோ அல்ல
அங்கே
அது
இருந்து கொண்டிருக்கிறது'

என்றார் தனிக்காவா.

'இங்கே
இரண்டு ஆப்பிள்கள் இருக்கின்றன
ஒன்று குளிர்பதனப் பெட்டியில்
இரண்டாக நறுக்கப்பட்ட மற்றொன்று உணவு
மேஜையில்.

குளிர்ந்த ஆப்பிள் பாதுகாப்பாக வியர்த்திருக்கிறது
நறுக்கிய ஆப்பிள் நிறம் பிறழ்ந்து கிடக்கிறது'

இதில்
எது துக்கம்? எது மகிழ்ச்சி?"

தனிக்காவாவைக் கேட்டுக்கொண்டிருக்கிறேன்.

## உடன்படுக்கை விதிகள்

இரட்டைக் கட்டிலில் கிடக்கும்
ஒற்றை நுரைமெத்தை நடுவில்
வரையப்பட்டிருக்கும் எல்லைக்கோடு
கண்ணுக்கு ஒருபோதும் புலப்படுவதில்லை
எனினும்
படுக்கையின் எல்லை விதிகள்
நாமறியாமல் நம்மால் கடைப்பிடிக்கப்படுகின்றன

உறக்கக் கடலின் இருளாழத்தில் துளாவிக்
கைகால்களோ உடலோ பெயர்ந்து
எல்லை தாண்டுகிறோம்.
உடனே
கடலோடியின் நீரியல் எச்சரிக்கையுடன்
அவரவர் எல்லைக்குப் புரண்டு துயில்கிறோம்
கடலோடிக்கு
நீர்வெளியின் எல்லைகள் தெரிவதுபோல
நமக்குப் படுக்கையின் எல்லைகள் புலப்படுகின்றன.

காமத்தின் வானில் வேட்கையுடன் பறந்து
உடல்களைப் பகிர்ந்து
எல்லையைத் தாண்டுகிறோம்
உடனே
விமானியின் சாதுரியத்துடன்
அவரவர் எல்லையைப் புறக்கணித்துக் கூடுகிறோம்
விமானிக்கு
ஆகாய சுதந்திரத்தில் எல்லைகள் இயல்பாவதுபோல
நமக்குப் படுக்கையின் எல்லைகள் மறக்கின்றன.

எனினும்
உடன்படுக்கை எல்லைகளில்
மீற முடியாத விதியொன்று
ஈருடல் ஒருயிர் என்று பீற்றிக்கொண்டாலும்
ஒரே சிதையில் எரிக்கப்படவோ
ஒரே சவப்பெட்டியில் அடக்கப்படவோ முடியாது.

## காணாமற்போன நாள்

உன்னை
அறிமுகம் கொண்டதற்கும்
அறிந்து கொண்டதற்கும் இடையில்
காணாமற் போயிருக்கிறது ஒருநாள்

உன் மேனியில் தவழ்ந்த
என் பார்வைக்கும்
உன் சருமத்தின் மின்னலை உணர்ந்த
என் ஸ்பரிசத்துக்கும் இடையில்
காணாமற் போயிருக்கிறது ஒருநாள்

பேசத் திறந்த முன் தினத்துக்கும்
முத்தமிடக் குவிந்த மறுநாளுக்கும் நடுவில்
உன் உதடுகளின் இடைவெளியில்
காணாமற் போயிருக்கிறது ஒருநாள்

என் கூச்சத் தழுவலுக்கும்
உன் தயக்கமில்லா அணைப்புக்கும் இடையில்
காணாமற் போயிருக்கிறது ஒருநாள்

உன்னைத் தெரிந்து கொண்டதற்கும்
புரிந்துகொள்ளத் தொடங்கியதற்கும் இடையில்
காணாமற் போயிருக்கிறது ஒருநாள்

அன்று
நான் நீயாக மாறும் கற்பனையில் ஆழ்ந்திருந்தேனா?
உன் குரலின்
ஸ்வரவின்னியாசங்களை அலகிட்டுக்
கொண்டிருந்தேனா?
உன் ஸ்பரிசத்தின் மின்னலில்
அதிர்ந்துகொண்டிருந்தேனா?

உன் முத்தத்தின் இனிமையில்
கரைந்துகொண்டிருந்தேனா?
உன் அணைப்பில்
கருப்பையின் கதகதப்பை உணர்ந்துகொண்டிருந்தேனா?

மீண்டும்மீண்டும் யோசித்தாலும்
என் ஒப்பனைகள்
தற்காப்புக் கவசங்கள்
எதிர்கொள்ளும் ஆயுதங்கள்
எல்லாவற்றையும் துறந்து
உன்னைச் சரணடைய
ஆயத்தமாகிக் கொண்டிருந்தேன் என்பதைத் தவிர
கணக்கில் வர மறுக்கிறது
காணாமற்போன நாளின்
வேறு எந்தச் செயலும்.

## கரிஷ்மாவும் கார்த்திகாவும் சில கவிதைகளும்

1

முன்னால் உட்கார்ந்திருந்த
கரிஷ்மாவிடமும் கார்த்திகாவிடமும் சொல்கிறேன்:
'நீ முயல் குட்டி
தங்கச்சி அணில் குஞ்சு'
'இல்லை இல்லை' என்று
வார்த்தையால் மறுக்கிறாள் கரிஷ்மா
இடவலமாகத் தலையாட்டுகிறாள் கார்த்திகா.
'எங்கள் வீட்டில்
நான் தான் குஞ்சு
அவள் குட்டி'
'சரி' என்று திருத்திச் சொல்கிறேன்
'நீ முயல் குஞ்சு
தங்கச்சி அணில் குட்டி'
இருவரும்
துள்ளிக் குதித்துச் சிரிக்கிறார்கள்.
முற்றத்து மரக்கிளைமேல்
ஏறிக்கொண்டிருக்கிறது
முதுகில் மூன்று கோடுகளுடன்
ஒரு முயல்
மரத்தடிக் குழிக்குள்ளிருந்து
எட்டிப் பார்த்துக் கொண்டிருக்கிறது
காதுகள் விடைத்த
ஓர் அணில்.

**2**

பகலுக்கும் இரவுக்கும் நடுவான முற்றத்தில்
உட்கார்ந்திருந்தோம் கரிஷ்மாவும் நானும்
அந்தரத்தில் சிறகடித்தபடியே
தாழ்ந்த மரக் கிளைப் பூவை
உறிஞ்சிக்கொண்டிருந்தது தேன்சிட்டு
'ஐய்' என்றாள் கரிஷ்மா
வெருண்ட சிட்டு பறந்து மறைந்தது.
ஆடிய கிளை நிலைப்பதற்குள்
மறுபடியும் பறவை வருமென்பதால்
அசையாமலிருந்தோம் இருவரும்.
அதற்குள்
ஒரு யுகம் முடிந்து
மறுயுகம் தொடங்கிற்று
அசைந்து கொண்டேயிருக்கிறது பூங்கிளை
காத்துக் கொண்டே இருக்கிறோம் நாங்கள்
இரண்டுக்கும் இடையே
பூவிதழ் விளிம்பில் திரண்டு மின்னுகிறது
பறவை உறிஞ்சாமல் மீந்த துளித் தேன்.

3

காப்பி புத்தகத்தில் இருப்பதுபோலவே
இன்னொரு தாளில் வரைந்து கொண்டிருந்தாள்
வீட்டை வரைந்தாள்
'இதாக்கும் எனக்கெ வீடு'
மரத்தை வரைந்தாள்
'இதாக்கும் எனக்கெ மரம்'
சூரியனை வரைந்தாள்
'இதாக்கும் எனக்கெ சூரியன்'
புத்தகத்திலிருக்கும்
மலையையும் ஆற்றையும் வரையாமலிருந்தாள்
கேட்டதும் சொன்னாள்
'உங்களுக்கெ புத்தியில்ல?
ஆறு ஆட்டோலெயும்
மலை லாரியிலெயும் போனதெக் காணலியா?'

## வரலாற்று முக்கியத்துவமுள்ள ஒரு சந்திப்பு

நீண்ட நாட்களுக்குப் பிறகு நேற்று
மதுரை விடுதியறையில்1
மூட்டைப் பூச்சியைச் சந்தித்தேன்.

சலவை செய்த படுக்கைவிரிப்பின்
வெண்மையில் தெரிந்த அரக்குப் புள்ளியை
பொட்டா உதிரச் சொட்டா என்று
விரலால் தொட்டுச் சோதித்தேன்
அனிச்சையாக விரலையும் முகர்ந்தேன்
வரலாற்றைக் கடந்த தற்காப்பு வாடை

தொடுதலுக்கும் முகர்தலுக்கும் இடையில்
அரக்குப் புள்ளி மாயமாக மறைந்ததும்
நினைவு வந்தது:
மூட்டைப் பூச்சியையும் வரலாற்றையும்
பெருவிரலுக்கும் சுட்டுவிரலுக்கும் இடையில்
இறுகப் பிடிக்க வேண்டும்

'சரித்திரப் பிரக்ஞை கம்மி உனக்கு
புதுமைப் பித்தனை மீண்டும் படி'
வெண்விரிப்பில் வேகமாய் ஊர்ந்து
மூட்டை உபதேசம் மறைந்தது

தலையணையில் தையல் இடுக்குகள்
மெத்தையின் விளிம்பு மடிப்புகள்
கட்டில் பலகையின் ஈசான திசைகள்
போர்வைச் சுருக்கங்கள்
எல்லாவற்றையும் சோதித்துச் சோதித்தே
நழுவியது இரவு

வீடு திரும்பிய மறுநாள்
பற்பசை, காபி, சிற்றுண்டி
எல்லாவற்றுக்கும் ஒரே மணம்
மூட்டையின் மொச்சை மணம்

பயணப் பையில்
திணித்த ஒவ்வொன்றையும்
புரட்டி உதறி உலுக்கிய பிறகும்
மூட்டையின் சுவடு தென்படவில்லை

குனிந்த கையறுநிலை பார்வையில்
வெண்நிறத் திரையில் ஊர்ந்து
அரக்குச் சொட்டு நகர்ந்தது

விருதுநகர், கோவில்பட்டி, நாகர்கோவில் மார்க்கம்
இலவசப் பயணம் செய்து
திருவனந்தபுரம் அடைந்த
சாகச நோக்கை வியந்து
ஆள் காட்டி விரலையும் கட்டை விரலையும்
குறடாக இணைக்கும் முன்பே
எங்கோ ஒளிந்தது உபதேச மூட்டை

'மூட்டைப் பூச்சியானதால்
ரத்தம் குடிக்கிறோமே தவிர
ரத்தம் குடிப்பதற்காய்
மூட்டையாகப் பிறக்கவில்லை'

வீடு முழுக்க
சரித்திராதீதத் தற்காப்பு வாடை
எந்தக் கிருமி நாசினியால் விரல்களைக் கழுவ?

## நீராலானவள்

எந்தத் தடையும் இல்லாமல்
உள்ளே புகமுடிகிறது
ஒரு மீனைத்
தண்ணீர் வரவேற்பதுபோல
அனுமதிக்கிறாய்

எந்தத் தயக்கமும் கொள்ளாமல்
வெளியில் வரமுடிகிறது
ஒரு நீர்த்தாவரத்துக்குத்
தண்ணீர் விடைகொடுப்பதுபோல
வழியனுப்புகிறாய்

மீண்டும் நுழைந்து
மீண்டும் வெளியேறித்
தெரிந்து கொண்டவை
இரண்டு உண்மைகள்:

மீனுக்கும் தாவரத்துக்கும்
நீரின்றி வாழ்வில்லை

நீருக்கு கதவுகளும் இல்லை

## நந்தனிடம் மானஸி சொன்ன புகார்

என் முத்தங்களை மென்றுபசியாறியதை
என் எச்சிலைப் பருகித் தாகம் தணிந்ததை
என் கூந்தலில் துழாவிப் புலன்கள் கிறங்கியதை
என் மார்புகளுக்கிடையில் சுவாசம் பயின்றதை
என் நாபியில் சுழன்று கொதிப்படங்கியதை
என் மேனியைப் போர்த்திக் குளிர் போக்கியதை

வேண்டுமென்றே மறந்து
விலகி ஓடுகிறாய்? மூடனே!

பசியாற மெல்லுவதால் இருமடங்காகின்றன முத்தங்கள்
வேட்கைதீரப் பருகுவதால் ஊற்றெடுக்கிறது இதழ்ச்சுனை
கிறக்கத்துடன் அளைவதால் சிலிர்க்கிறது கூந்தல்வனம்
சுவாசம் படர்வதால் விரைத்து நிமிர்கின்றன காம்புகள்
சுழன்று அடங்குவதால் குழைந்து இறுகுகிறது அடிவயிறு
போர்த்திக் கிடப்பதால் கொதிப்பேறி வளைகிறது உடல்

இன்னும் இன்னும் நீ எல்லையற்று பெறக் கிடப்பவளைப்
புறக்கணித்து நழுவுகிறாய், மூடனே!

ஈரம் கசிய விரியும் என் மழிக்கப்படாத உறுப்பு
சிறையல்ல, முட்டாளே! தபோவனம்.

கழிவிரக்கத்தின் விலங்கு பூட்டித் திரியும்
உனக்கெங்கே தெரிகிறது உயிரின் பரிதவிப்பு?

## சொற் குடை

தடுப்பதற்குக் குடையில்லை என்பதால்
மழையான மழையெல்லாம்
நனைகிறது குடை.

விளக்குவதற்குச் சொல்லில்லை என்பதால்
அர்த்தத்தின் சுரங்கத்தில் அகப்பட்டுத்
திணறுகிறது சொல்.

பாவம், குடை
பாவம், சொல்.

## உறங்கும் வீடுகள்

அதனால் என்ன,
நாம் உறங்கிக் கொண்டிருக்கலாம்

நாம் வீட்டின் பாதுகாப்பிலிருக்கிறோம்
அல்லது
வீடு நமது பாதுகாப்பிலிருக்கிறது
என்று நம்பிக்கொண்டிருக்கிறோம்

நாம் உறங்கும் நேரத்தில்
அல்லது
கண்ணயரும் தருணத்தில்
நம் வீடு நம்முடையதல்லாமலாகிறது.

நம்மைப் போன்றவர்களென்றோ
அல்லது
நம்மவர்களென்றோ
நாம் கண்காணிக்காமலிருப்பது
அதீத அன்பில் திளைத்த அயர்ச்சியால்
அல்லது
நம்பிக்கை வார்த்தைகள் கவித்த உறக்கத்தால்

நம்மவர்களென்றோ
அல்லது
நம்மைப் போன்றவர்களென்றோ
நம்மால் அனுமதிக்கப்பட்டவர்களின்
கைக்குள் ஒடுங்குகிறது நம் வீடு
அல்லது
நம்மால் அனுமதிக்கப்பட்டவர்களின்
உடைமை நானென்று
நம் வீடு சரணடைகிறது

நம் வீட்டின் எல்லைகள்
அறைச் சுவர்களின் பரிமாணங்கள்
நடமாட்டத் தாழ்வாரங்கள்
ஓய்விருக்கைகள்
சாப்பாடு மேசைகள்
கலவிப் படுக்கைகள்
உபாதைக் கழிப்பிடங்கள்
உற்சவக் கூடங்கள்
வெற்றி முகூர்த்தத்தில் நடனமாடும் உப்பரிகைகள்
தோல்வியின் அகாலத்தில் புலம்பும் மூலைகள்

நம்முடையதல்லாமலாகின்றன எல்லாம்.
அதனால் என்ன,
நாம் உறங்கிக் கொண்டிருக்கலாம்
நம் வீடு நம்முடையதே என்னும்
ஆவணங்கள்
பத்திரமாக இருக்கின்றன
நம் தலையணைகளுக்கடியில்

## பெருமழையில் வாகனம் ஓட்டும்போது

பெருமழையில் வாகனம் ஓட்டும்போது
நீங்கள் நீங்களாக இருப்பதில்லை
யாரோவாக ஆகிறீர்கள்

நீங்கள் ஓட்டுவது
பயணி வாகனமெனில்
நீங்கள் நோவா
உங்கள் வாகனம் நீர் நுழையாப் பேழை
உங்கள் முன் அலையடிக்கிறது பிரளய ஜலம்

நீங்கள் செலுத்துவது
உறவின் ஊர்தியெனில்
நீங்கள் குகன்
உங்கள் ஊர்தி நீரில் தவழும் தோணி
உங்கள் பாதையில் புரண்டோடுகிறது நதி

நீங்கள் முடுக்குவது
இரு சக்கர சாகசத்தையெனில்
நீங்கள் சே
உங்கள் வண்டி நீருடன் போராடும் படகு
உங்கள் வழியில் பிளக்கிறது நீரோட்டம்

நீங்கள் மிதிப்பது
காற்றின் உலோகக் கனவையெனில்
நீங்கள் சாந்தியாகோ
உங்கள் செல்லரதம் நீருக்கஞ்சாத கட்டுமரம்
உங்களுக்காகப் பின்னோக்கிச் சுருள்கிறது நீர்ப்பாய்

பெருமழையில் நனைந்து நின்று
எந்த வாகனத்தை
ஓட்டிப் போகலாமென யோசிக்கிறீர்கள்?
வாகனம் எதுவானாலும்
நீங்கள் நீங்களாகவா இருக்கப்போகிறீர்கள்?

## பேபி ஸார்

பேபி ஸார்
எல்லாரையும்போல
எப்போதும் தன்னை
பேபி சார் என்றே சொல்லிக் கொள்கிறார்

அழைத்து விசாரித்தால்
தொலைபேசிப் பதில்:
'ஆமாம் நான் பேபி சார்தான் பேசறேன்'

தட்டலுக்குப் பதில் கேட்டால்
வாசற் குரல்:
'ஆமாம், நான் பேபி சார்தான் வந்திருக்கேன்'

வீட்டில் வெளியில்
பணியிடத்தில் தேவாலயத்தில்
பேபி சார்
எல்லா இடத்திலும் பேபி சார் தான்

பணியிலிருந்தபோதும்
பணியிலிருந்து ஓய்ந்தபோதும்
பேபி சார்
எல்லாக் காலத்திலும் பேபி சார் தான்

பேபி சார்
எப்போதும் பேபி சாராகவே இருப்பது
பேபி சாரால்தான்

பேபி சார்
எப்போதோ பேபி சார் ஆனதும்
பேபி சாரால்தான்.

பேபி சார்
எப்போதுத் தன்னை
பேபி சார் என்றே சொல்ல
இரண்டு காரணங்கள் இருக்கின்றன

முதல் காரணம் லௌகீகமானது

ஜான்சன் ஜார்ஜ் பேபியை விட
பேபி சார்
அழைக்கச் சிக்கனமானவர்
ஆவியில் எளிமையுள்ளவர்

அவர்
நீண்ட காலம் அரசு ஊழியராக இருந்தவர்
அதிலும் நீண்ட காலம் கணவராக இருப்பவர்

இரண்டாவது காரணம் தத்துவார்த்தமானது

பேபி சார் பேபி சாரை பேபி சார் என்று
அழைக்கும்போது
பேபி சார் பேபி சாரை பேபி சாரிலிருந்து
விலக்கிவைத்துப் பார்க்கிறார்.

அவர்
இளமையிலேயே முதிர்ச்சியடைந்தவர்
ஆண்டாண்டாகக் கனிந்தவர்

காரணம் எதுவானாலும்
பேபி சார்
எப்போதும் தன்னை
பேபி சார் என்றே சொல்லிக் கொள்கிறார்

இரண்டு நாள் சிகிச்சைக்குப் பின்பு
மருத்துவமனையை விடும் முன்பு
மருந்துவாங்கப் போனேன்.

வலை திரைக்கு அப்பாலிருந்து
குரல் கேட்டது: 'நோயாளி பெயர்?'

'பேபி சார்'

வலைத் திரைக்குப் பின்னாலிருந்து
சலிப்பு வந்தது: 'அப்படி யாரும் அனுமதிக்கப்படவில்லை'

'ஜார்ஜ் பேபி – வார்டு எண் 807 படுக்கை எண் 5'

பிழை திருத்தி வாங்கிய மருந்துகளுடன்
லிஃப்டுக்குள் நுழைந்து கொண்டிருக்கிறேன்

எட்டாவது தளத்தை எட்டுவதற்குள்
தீர்மானிக்க வேண்டும்

அறைக்குள் செல்லும்போது
அவரை என்னவாகப் பார்ப்பது
807/5 என்றா
அல்லது
பேபி சார் என்றா?

அறைக்குள் செல்லும் முன்பு
பிரார்த்தனை கேட்கப்பட வேண்டும்

நியாயத் தீர்ப்பு நாளில்
கர்த்தரின் ஆக்கினைப்படி
வரவிருக்கும் சம்மனசுகளும்
பேபி சாரை
'பேபி சார்' என்றே அழைக்கக் கடவார்களாக.

## பேபி சாருக்குப் பூனைகளால் நேர்ந்த தர்ம சங்கடம்

பேபி சார் வீட்டில்
நான்கு தலைமுறைப் பூனைகள் இருக்கின்றன

எங்கிருந்தோ வந்த
அது போட்ட இந்தக் குட்டியும்
இந்தக் குட்டி பருவமடைந்து போட்ட
அந்தக் குட்டிகளும்
அந்தந்த குட்டிகள் போட்ட
இந்தந்தக் குட்டிகளுமாக
நான்கு தலைமுறைப் பூனைகள் வசிக்கின்றன

பிள்ளையில்லா வீட்டில்
வளர்ப்பு மிருகங்கள் செல்லம் கொஞ்சுகின்றன
எனவே
எல்லாப் பூனைகளும்
எல்லா அறைகளிலும் சுதந்திரமாய்ப் புழங்குகின்றன

அவிசுவாசியல்லர்
எனினும் பேபி சார்
மூட விசுவாசியுமல்லர்

எனவே
வேதப் புத்தகம் விலக்கிய ஜீவன்களாயினும்
ரட்சகர் ஆடுகளைப் பராமரித்ததுபோல
பேபி சார் பூனைகளைப் போஷிக்கிறார்

நேரத்துக்குப் பால்
வேளைக்கு மீன்உணவு
விடுமுறை நாட்களில் கோழியிறைச்சி
அன்றாடம் நொறுக்குத் தீனி
விருந்தினர் வந்து போனால் விசேஷ கவனிப்பு

எனவே
பேபி சார் வீட்டுப் பூனைகள்
பிற பூனைகளை விட
அதிகம் தூங்குகின்றன
அதிகம் தெருவிறங்காமலிருக்கின்றன

மோப்பம் பிடித்தே வசதியை உணர்ந்த
வேற்றுப் பூனைகள்
ஆளற்ற நேரத்தில் வந்து
பேபி சார் வீட்டை நேட்டமிட்டன
வீட்டுப் பூனைகளுடன் ஒப்பந்தம் செய்தன
ஒப்பந்த உரிமையில் வந்தன; போயின
வந்து போயின
வந்து வந்து போயின

நாளடைவில்
வீட்டுப் பூனைகளும் வெளிப் பூனைகளும்
ஒன்றுபோல் நடமாட
பேபி சார் கொஞ்சம் குழம்பித்தான் போனார்
வீட்டு மியாவ்களும் வெளி மியாவ்களும்
ஒன்றுபோல் ஒலிக்க
பேபி சார் மேலும் குழம்பித்தான் போனார்
கடைசியில் சமாதானமடைந்தார்

'எல்லாமும் ஓர் நிறை
எல்லாமும் ஓர் விலை
எல்லாமும் ஓர் மியாவ்
எல்லாமும் நாலு கால் பூனைகள்'

பழகிய உறவு என்றேனும் கசக்குமே,
எனவே
பூனைப் பாசமும் தொல்லையானது ஒருநாள்

பரணில் கூத்தாடி
பண்டங்களைச் சூறையாடிய
பூனைகளில் ஒன்றை
எற்றி மரணத்துக்குள் வீசினார் பேபி சார்

அதற்குப் பின்புதான்
நிம்மதி தொலைந்தது

'விரண்டு உயிர் விட்டது
வீட்டுப் பூனையா வேற்றுப் பூனையா?
எல்லா மியாவும்
ஒரே மியாவின் மாற்றொலியா?
இரவின் இருளைக் கீறி
ஈன சுரத்தில் கேட்பது
எந்தப் பூனையின் கடைசிப் புகார்?'

பேபி சார்
உறக்கமிழந்து யோசித்துக் கொண்டிருக்கிறார்.

## சொல்லுதல் யார்க்கும்...

வலைக்குள் எஞ்சிய ஆகாயத்தில்
சிறகுகளால்
காற்றை வரைந்து பார்க்கிறது பறவை
தொட்டிக்குள் தேங்கிய நீரில்
துள்ளிக்குதித்துக்
கடலையெழுப்பப் பார்க்கிறது மீன்
கம்பிக்குள் சிறைப்பட்ட பெருமரங்களுக்கிடையில்
உறுமி நடந்து
கானகத்தைக் கற்பனை செய்கிறது மிருகம்
சொற்களுக்கிடையில் உழன்று
வார்த்தையற்ற நேசத்தைச் சொல்வதாகக்
கனவு கண்டுகொண்டிருக்கிறேன் நான்.

## பால்யகால சகிகள்

உங்களுக்கு எவ்வளவு மேரிகளைத் தெரியுமோ
அவ்வளவு மேரிகளையோ
அல்லது
அதற்குக் கொஞ்சம் கூடவோ குறையவோ
எனக்கும் மேரிகளைத் தெரியும்

எல்லா மேரிகளும் மேரிகளெனினும்
எல்லா மேரிகளும் மேரிகளல்லர்

உங்களுக்குத் தெரிந்த அவ்வளவு மேரிகளிலும்
எனக்குத் தெரிந்த மேரிகளும்
எனக்குத் தெரிந்த அவ்வளவு மேரிகளிலும்
உங்களுக்கு தெரிந்த மேரிகளும் இருக்கலாம்

ஒவ்வொரு மேரியிலும் இன்னொரு மேரியிருந்தாலும்
ஒவ்வொரு மேரியும் பிறிதொரு மேரியே

உங்களைப் போலவே நானும்
படித்தும் கேட்டும் பார்த்தும் பழகியும்
மேரிகளைத்தெரிந்து கொண்டிருக்கிறேன்

படித்துத் தெரிந்த மேரிகள் ஆறுபேர்
அவர்கள் எல்லார் மேலும் விசுவாசத்தின் வாடை
அது செம்மறி மந்தையின் மொச்சை வாடை
கேட்டுத் தெரிந்த மேரிகள் நூறுபேர்
அவர்கள் எல்லார் குரலிலும் ஒரே மொழி
அது சில்வண்டின் பொதுரீங்காரம்
பார்த்துத் தெரிந்த மேரிகள் ஆயிரம்பேர்
அவர்கள் எல்லார் விழிகளிலும் ஒரே நோட்டம்
அது வைகறைப் பறவையின் பார்வை
பழகித் தெரிந்த மேரிகள் இரண்டு பேர்
அவர்கள் இருவரின் இதழ்களிலும் ஒரே நீர்ச்சுனை
அது கண்காணா அன்பின் குளிர் நதி

முதலாவது மேரியின் உதடுகள்
(அவற்றில் அப்போது அப்பத்தின் புளிப்புமணம் இருந்தது)
வாஞ்சையுடன் என் நெற்றியில் பதிந்தன
மறுநாள் எனக்கு ஞானம் பிறந்தது

இரண்டாவது மேரியின் உதடுகள்
(அவற்றில் அப்போது திராட்சை ரசத்தின்
வாசனையிருந்தது)
வேட்கையுடன் என் நாபிக்குக் கீழ் குவிந்தன
அடுத்த நாள் எனக்கு மீசை அரும்பியது.

———————

புதிய ஏற்பாட்டில் ஆறு மேரிகள் குறிப்பிடப்படுகிறார்கள்.
1. யேசுவின் தாய் மேரி
2, மக்தலேனாவைச் சேர்ந்த மேரி
3. மார்த்தாள், லாசர் ஆகியோரின் சகோதரி மேரி பெதானி
4. சீடர்களான ஜேம்ஸ், யோசேவின் தாய் மேரி
5. யோவான், மாற்குவின் தாய்
6. ரோமாபுரியைச் சேர்ந்த மேரி

## சுவர்க்கோழிகள்

கரப்பான், காகம் இவற்றையடுத்து
சுவர்க்கோழிகளே சர்வலோகவியாபிகள்

எல்லா இடத்திலும்
எல்லாக் காலத்திலும் இருப்பவை
எனினும்
இடத்தையும் காலத்தையும் கடந்தவை
எனினும் அவற்றால்
இடத்தையும் காலத்தையும் உருவாக்கவும் முடியும்

அவற்றின்
முடிவற்ற இசைப்பைக் கேட்டுக்கொண்டிருக்கும்போது
அடர்ந்த வனங்களில் சஞ்சரிக்கிறோம்
அங்கே வெளிச்சப் பகல் இருண்டு இரவாகிறது

அவற்றின்
ஓயாத முனகலைக் கேட்டுக் கொண்டிருக்கும்போது
வயல்களுக்கிடையில் கிராமச் சாலைகளில் நடக்கிறோம்
அங்கே பொழுது ஊர்ந்து நகர்கிறது

அவற்றின்
தீராத ஆலாபனையைக் கேட்டுக் கொண்டிருக்கும்போது
ஆற்றங்கரையில் மல்லாந்து கிடக்கிறோம்
அங்கே காலம் அநாதியாகத் தேங்குகிறது

அவற்றின்
புரியாத முணுமுணுப்பைக் கேட்டுக்
கொண்டிருக்கும்போது
சரித்திரத்தின் இடிபாடுகளுக்கிடையில் நடமாடுகிறோம்
அங்கே மூதாதையர்கள் நமக்காகக் காத்திருக்கிறார்கள்

சுவர்க்கோழிகள்
பூமியின் மாறாத துக்கத்தை
இடையறாமல்
மொழிபெயர்த்துச் சொல்லிக் கொண்டிருக்கின்றன

பூமியின் மொழியோ
சுவர்க்கோழிகளின் மொழிபெயர்ப்போ
நமக்குப் புரிவதில்லை
எனவே நமது மொழியில்
பிழையாக விளக்கிக் கொண்டிருக்கிறோம்

O

கெத்செமனோன் தோட்டத்தில்
இறுதிப் பிரார்த்தனை முடித்து
மரணத்துக்கு ஆயத்தமான மனுஷ்யகுமாரன்
கடைசியாகக் கேட்டது சுவர்க்கோழிகளின்
சேர்ந்திசையை
அப்போது அது
குற்றஉணர்வின் பிதற்றலாக இருந்தது

பெருநகரின்
அத்துவான வெளியில்
கிணற்றில் மூழ்கும் முன் ஆத்மாநாம்
முத்தாய்ப்பாகக் கேட்டது சுவர்க்கோழிகளின் கஜலை
அப்போது அது
நேசத்தின் பதற்றமாக இருந்தது

அடைபட்ட முள்வேலிகளுக்கிடையில்
கொலையுண்டு புரளும் முன் அவர்கள்
இறுதியாகக் கேட்டது சுவர்க்கோழிகளின் ஒப்பாரியை
அப்போது அது
பூமியின் குற்றச்சாட்டாக இருந்தது

○

எதுவானாலும்
பூமியின் மொழியோ
சுவர்க்கோழிகளின் மொழிபெயர்ப்போ
நமக்குப் புரிவதில்லை
எனவே நமது மொழியில்
பிழையாகவே விளங்கிக் கொண்டிருக்கிறோம்

உலகின் முதல் பேச்சு
சுவர்க்கோழிகளுடையதுதான்
பூமி
தன் அச்சில் சுழலும் ஒலியைத்தான்
சுவர்க்கோழிகள் மொழியாக மாற்றி வைத்திருக்கின்றன

சந்தேகமிருந்தால்
ஓசைகளே இல்லாத இரவில்
சுவர்கோழிகள் மௌனம் நோற்றிருக்கும் நாளில்
செவிசாய்த்துக் கேட்டுப் பாருங்கள்.

## வம்சபுராணம்

பூர்வ ஜென்மத்தில் நாங்களெல்லாம்
கழுதைகளாக இருந்தோமாம்

பரண்பொருட்களுக்கிடையில்
பூசணம் பூத்துப் பதுங்கிக்கிடக்கும்
பழஞ்சுவடி ஆதாரம்
அவரவர்
இருப்பும் நடப்பும் அத்தாட்சி

எப்போதும் உண்மை
அதிர்ச்சியை அதிரச் செய்வது
எனினும் ஒருவேளை
சரியாகவும் இருக்கலாம்

குதிரையாக மாறும் முன்பு
விடுபட்ட பிறவி
கழுதையாகப் பரிணமித்ததுபோல
பிசாசாகவோ கடவுளாகவோ மாறுவதற்கிடையே
மனிதர்களாகத் திரிக்கப்பட்டவர்கள் நாங்கள்

சொல்லக் கேட்ட பாட்டனின்
பார்த்துப் பழகிய அப்பனின்
பார்த்துப் பார்த்து அலுத்த என்
முகங்களில் தெரிகிறது
கைவிடப்பட்ட விலங்கின் துயரம்
கண்களில் ததும்புகிறது
வழிந்து விடாத அப்பிராணிக் கண்ணீர்

எனவே
பழஞ்சுவடிச் சான்று ஒருவேளை
உண்மையாகவும் இருக்கலாம்

ஏழாம் பிறைபோல எனக்கும்
ஐந்தாம் பிறைபோலத் தந்தைக்கும்
மூன்றாம் பிறைபோலத் தாத்தாவுக்கும்
கழுதைக் கூன் முதுகுகளாம்

முதிர்ந்தவர் வார்த்தை ஒருவேளை
மெய்யாகவும் இருக்கலாம்

பாட்டன் சுமந்தது உப்பு மூட்டை
அப்பன் சுமந்தது பஞ்சுப் பொதி
நான் சுமப்பது மண்பாரம்

எனினும்
எங்களை விட அதிகம் சுமந்தாலும்
கழுதையின் முதுகில் கூன் விழவில்லை,
ஏன்?

## ஆப்பிள் தருணங்கள்

♦

"Of all the girls who asked me to remember them,
the only one I remembered is the one who did not ask."

♦

ஆப்பிள் ஒரு சொல்
எச்சரிக்கையை மீறி ஏவாள் கடித்த ஆப்பிளின்
இரண்டாவது கடி என்னுடையது
அன்று 'விடுதலை' என்ற வார்த்தை உருவானது

ஆப்பிள் ஒரு பொருள்
நாணில் பொருத்தி விறைத்திருந்த
அம்பில் இலக்கான ஆப்பிள்
நம்பிக்கையுடன் கொந்தளித்த
என் தலைமீதுதான் இருந்தது
அப்போது துணிவச்சம் என்ற பொருள் திரண்டது

ஆப்பிள் ஒரு தாவரம்
தனக்குள் உறங்கும் விதைகளில்
ஒரு தோட்டத்தைக் கனவு காணும் தருணத்தில்
காற்றின் குறும்புக் கைகளால் உலுக்கப்பட்டு
என் மடியில்தான் வீழ்ந்தது
அதிலிருந்து ஞானம் துளிர்த்துக் கிளைத்தது.

ஆப்பிள் ஒரு பொய்
நோயாளிக்குச் சிகிச்சையளிக்க வரும்
மருத்துவரின் கைப்பையில் வதங்கிக் கிடந்தது
அங்கிருந்தே சரீரம் தன்னை ஆராய்ந்தது

ஆப்பிள் ஓர் உண்மை
பூமியின் முதல் பழமே
பூமியைப்போலிருப்பதை நானே கண்டடைந்தேன்
அந்தக் கணம் முதல்தான் உலகம் சுழலத் தொடங்கியது

மலினா ஸ்கார்தியா
நீதிமன்ற பெஞ்சில் அமரும்போது
நிர்வாணப் பழம்
மெல்ல மெல்ல மிதந்து இறங்குவதையும் பார்த்தேன்
அந்த நொடியில் புரிந்தது
ஆப்பிள் ஒரு பெண்.

இத்தாலிய இயக்குநர் கியூசெப்பே டோர்னடோரேயின் மலீனா படத்தில் இடம்பெறும் உரையாடல். மலீனாவாக நடித்திருப்பவர் நடிகை மோனிகா பெலூசி.

(இத்தாலிய நடிகை மோனிகா பெலூசிக்கு)

## பெருந்தகையே, உமது ஆக்ஞை!

உமது உத்தரவுப்படியே
எல்லாம் நிறைவேற்றியானது பிரபோ,

நாவை அறுத்தோம்
மொழி மறைந்தது
பாதங்களைத் துண்டித்தோம்
நிலம் தொலைந்தது
விழிகளைப் பறித்தோம்
ஆகாயம் காணாமலானது
குறிகளை வெட்டினோம்
யோனிகளைக் குதறினோம்
தலைமுறை ஒழிந்தது

பேரழிவிலிருந்தும் தப்பிய
ஒற்றையொற்றை உதிரத் துளிகள்
மண்ணில் தெறித்து
தெறித்த மண்ணெங்கும் புதிதாய்ப் பிறந்தனர்

நம் கணக்குப் பிழைத்தது அங்கே
எனவே பிரபோ,
உமது ஆணையைப்
புதுப்பித்துப் பூர்த்தியாக்கினோம்

பசித்தழும் பிஞ்சு உதடுகளுக்கும்
வற்றிய முலையின் காம்பில் துளிர்த்த
செவ்வெள்ளைப் பாற்சொட்டுக்கும் இடையில்
மரணத்தின் வன்கரங்களை ஊடுருவ விட்டோம்
கொங்கைகள் திருகி எறியப்பட்டன
பூவிதழ்கள் கசக்கிப் பிடுங்கப்பட்டன

துயர்மறக்க இணைதேடி விறைத்த குறிக்கும்
கருணையுடன் கசிந்த அல்குலுக்குமிடையில்
சீருடைப் பிசாசுகளைக் கூத்தாட விட்டோம்
புணரத் தடைவிதித்தும் புணர நிர்ப்பந்தித்தும்
உடலின் சங்கீதம் சிதைக்கப்பட்டது

மழலைகளை முதுமையடைந்த சிங்கங்களுக்கும்
கிழங்களை இளம் புலிகளுக்கும் இரையாக்கினோம்
ஊர் துப்புரவானது

அவ்வாறாக
உமது ஆக்ஞைப்படியே
நாமன்றி யாருமில்லாத ஒரு பூமியை
வென்றெடுத்திருக்கிறோம் பிரபுவே,
ஒரு பிடிமண்ணும்
ஒரு துளிரத்தமும்
எடையிலும் நிறையிலும் விலையிலும் சமம்
அதுதானே பெருந்தகையீர் வரலாறு?

## கைவசமிருந்த முகவரி

கைவசமிருந்த முகவரி
காணாமற் போனாலும்
காணாமற் போகாத
முகவரி அங்கே இருக்கிறது

இலைகள் உதிர்ந்து
கிளைகளே நின்றாலும்
ஆனந்தமாக நிற்கிறது மரம்

ஏனெனில்
அதன் கிளைகளில்
அமர்ந்திருக்கின்றன ஆயிரம் பாடல்கள்

ஏனெனில்
நான் போய்க் கொண்டிருக்கிறேன்
போய்ச் சேரவேண்டிய முகவரிக்கு

## புத்தகங்களின் கூட்டறிக்கை

பொதுவாக நாங்கள் நிர்க்குணமானவர்கள்
எங்களைப் புரட்டும்போது
முனகலைவிடவோ அல்லது
சுவாசத்தைப்போலவோ எழும்
மெல்லிய ஓசையிலிருந்து
நீங்கள் அதைத் தெரிந்து கொண்டிருக்கலாம்

நீங்கள் அறியாத ஏதோ வனத்தின்
பூர்வ ஜென்ம பந்தம்
இன்றும் எங்களுக்குள் தொடர்கிறது
நாங்கள் புரண்டுகொடுக்கும்போது
ஒரு கானகமும் அசைவதைக் கவனித்திருக்கலாம்

நீங்கள் தொட்டுத் துடிப்பறியாத நாளங்களில்
மண்ணின் குருதி
இன்றும் எங்களுக்குள் பாய்கிறது
மை வரிகளுக்கிடையில் விரலோட்டும்போது
அதன் ஓட்ட அதிர்வை உணர்ந்திருக்கலாம்

உங்களில் யாரோ ஒருவரின்
கண்டு தீராக் கனவு
இன்றும் எங்களுக்குள் ஒளிர்ந்துகொண்டிருக்கிறது
திரைக் காட்சியைப்போல
முதுகுக்குப் பின்னாலிருந்தல்ல
தொலைக்காட்சியைப்போல
தலைக்கு முன்னாலிருந்தே
அது எல்லார் கண்களுக்குள்ளும் நுழைவதைப் பார்த்திருக்கலாம்

பொதுவாக நாங்கள் சாத்வீகமானவர்கள்
எங்களில்
உன்னதர்களும் நடுவர்களும் கடையர்களும்
நிர்வாணிகளும் வேடதாரிகளும்
வழிகாட்டிகளும் திசைதிருப்பிகளும் இருப்பது உண்மை
எனினும்
நாங்கள் விதிகளை மதிப்பவர்கள்
எங்களைப்போல வரிசையைக் கடைப்பிடிப்பவர்களை
நீங்கள் ஒருபோதும் காணமுடியாது

நாங்கள் சமாதானப் பிரியர்கள்
எங்களுடைய
ஒரு பக்கம் கிழியும்போது
மறுபக்கம் தானாகவே பிய்த்துக் கொள்கிறது
அழிந்தும் அழியாமல் இருக்கிறோம் என்பது உண்மை
ஏனெனில்
நாங்கள் பக்கங்களில் மட்டும் இருப்பவர்களல்ல

நாங்கள்
குணமற்றவர்கள்
இன்முறையானவர்கள்
அமைதி விரும்பிகள்

எனினும் நீங்கள்
எப்போதும் எங்களை நினைத்து மிரளுகிறீர்கள்
வரிசையாக நிற்கும் நாங்கள்
விதிகளை மீறி
ஒன்றின்மேல் ஒன்றாக அடுக்கப்படுவோம் என்றும்
அதன் உயரம்
உங்களை விட உயர்ந்திருக்குமென்றும்
அஞ்சுகிறீர்கள்
பிய்த்துக் கிழித்தாலும்
எங்கள் பக்கங்களுக்கிடையிலிருந்து
அழியாக் கனவுகளின் சாபம்
உங்களைப் பின் தொடரும் என்று
பயப்படுகிறீர்கள்

உங்கள் வெருட்சிக்குக் காரணம்
நாங்களல்ல
பயத்தின் களிமண் கால்களில் நிற்கும்
உங்கள் அதிகார உடல்

நாங்கள் அப்பாவிகள்
தன்னியக்கமில்லாத வெறும் ஜடங்கள்
மனதில் ஜுவாலையுள்ள ஒருவர்
எங்களைத் தொடும்வரை.

## மெய்வருத்தம்

அன்றைக்கு
ஊசியின் காதுக்குள் நுழைந்து
மறுபுறம் சேர்ந்த ஒட்டகம்
வந்த வழித் துவாரத்தைப் பார்த்து
தாடைகள் அசைய
யோசனைகளை மென்றுகொண்டிருக்கும்

பழையதாகிப் போச்சென்று
சட்டையைக் களைந்த நாகம்
புதுத்தோல் இறுக்குவதில் திணறி
உரித்த சட்டைமேல் ஊர்ந்து நீவிக் கொண்டிருக்கும்

முட்டையைத் தட்டித் திறந்து
வெளியேறி கிளி
ஓட்டின் உட்கூரையில் அலகால் செதுக்கிய
முதல் சொற்களை நினைவுகொள்ள
கர்ப்ப ஓட்டைப் புரட்டிக் கொண்டிருக்கும்

வழக்கத்தை விட வேகமாக நகர்ந்த
நிமிட முள்
விடுபட்ட காலத்துணுக்குகளை
மறுபடியும் கடிகாரத்துக்குள் சேர்க்கப்
பின்னோக்கி நிதானமாக நகர்ந்து கொண்டிருக்கும்

ஆக மொத்தம் பிழை என்று
என்னைக் கழித்து விடைகண்ட நீ
மீதியிருக்கும் நன்மைகளைக் கூட்டி
இழப்பின் பெருக்கத்தைக் கணக்கிட்டுக் கொண்டிருப்பாய்

இவையெல்லாம் நிகழும் அன்றைக்கு
பார்க்க முடியாமற் போகிறதே என்று
வருத்தமாக இருக்கிறது எனக்கு

அன்றைக்கு முந்தைய நாள்
நான் சாகாமல் இருந்திருக்கலாம்.

## பசியின் வாசனை

திருவனந்தபுரம் சென்ட்ரலிலிருந்து
சென்னை சென்ட்ரல்வரை செல்லும்
12624 சென்னை மெயில்
பத்தொன்பது மணி பதினைந்து நிமிடத்துக்கு
எர்ணாகுளம் டவுன் சந்திப்பைக் கடந்ததும்
கூட்டம் நிரம்பிய பொதுப் பெட்டிக்குள்
வாசனைகளின் மாநாடு ஆரம்பமானது

விறைப்போ குழைவோ இல்லாமல்
பதமாகக் கிளறப்பட்ட புளியோதரை
சம்புடத்தைத் திறக்கச் சொல்லி
மூடி வழியாகக் கசிந்துகொண்டிருந்தது

சிட்டிகைப் பெருங்காயம் கூடிப்போன
கத்திரிக்காய் சாம்பார்
பிளாஸ்டிக் கலத்துக்குள்ளிருந்து
வழியத் தயாராகிக்கொண்டிருந்தது

ஓட்டி நின்ற இன்னொரு கலத்துக்குள்
மூழ்கி மிதந்து கொண்டிருந்த கொத்துமல்லி
இனியும் உடம்பில் ரசமில்லை என்று
ஒப்புதல் வாக்குமூலம் அளித்துக்கொண்டிருந்தது

தருணம் இது; விட்டால்
மறுதரப்புக்கு மாறிவிடுவேன் என்று
தியாகத்தால் வாடிய இலையின் ஆதரவுடன்
தயிர் சாதம்
புளித்த அறிக்கையைத் தயாரித்துக்கொண்டிருந்தது

அட்டைப் பெட்டிக்குள்ளிருந்து
சப்பாத்திகளில் புரண்டெழுந்த லவங்கக் கும்மாளம்
மின்விசிறியை ஒருமுறை வட்டமிட்டு
பல்லேபல்லே என்று
இருக்கைக்குத் திரும்பிக் கொண்டிருந்தது

இணையைப் பிரிந்த கோழிக்கால்
வெள்ளி மினுக்கும் அலுமினிய உறையை
உதைத்துக் கிழித்து வெளியே நீட்டிக்கொண்டிருந்தது

குடம்புளியும் உப்பும் சொன்ன
அந்தரங்க நகைச்சுவைக்குக் கெக்கலித்த சாளைமீன்
நகைச்சுவையின் அர்த்தத்தை யோசித்துப்
பிளாஸ்டிக் உறைக்குள் குழம்பிக்கொண்டிருந்தது

கொஞ்சம் கூட அடக்கமில்லை என்று
செய்தித்தாள் பொதிக்குள்ளிருந்த அயிரைக் கருவாடு
உரத்தக் குரலில் அதட்டிக்கொண்டிருந்தது

இருக்கைகளில் இருந்தபடியும்
எழுந்தபடியும் நடந்தபடியும்
வாசனைகள்
ஒன்றோடு ஒன்று கைகுலுக்கிக்கொண்டன
வாசனைகளின் சகவாசனைகளும்
எல்லா வாசனைகளையும் அணைத்துக்கொண்டன

வாசனைகளின் சந்தடிக்கிடையில்
பார்வையற்ற பாடலொன்று
எந்த வாசனை மேலும்
மோதி விடாமல் தள்ளாடியபடியே
'கண்ணு திறக்காத தெய்வங்களே,
களிமண் பொம்மைகளே' என்று
தாவணி ஏந்திப் போய்க்கொண்டிருந்தது

சென்னை மெயிலை அங்கமாலி ரயில் நிலையம்
பத்தொன்பது மணி நாற்பத்தேழு நிமிடங்களுக்கு
வரவேற்று நிறுத்தியது
எல்லா வாசனைகளும் இருக்கையில் அமர்ந்தன
வாசலைத் துளாவி நடந்த
பார்வையற்ற பாடல்
'இன்றும் ஒன்றுமில்லை' என்ற
சொற்களை மென்று விழுங்கி
ஏப்பத்தை ரயில் பெட்டிக்குள் விட்டுவிட்டு
இறங்கிப் போனது

பத்தொன்பது மணி நாற்பத்தெட்டு நிமிடங்களுக்கு
அங்கமாலியை ரயில் கடந்ததும்
உள்ளே திரும்பிய பார்வையற்ற ஏப்பம்
ஒவ்வொரு வாசனையையும் முகர்ந்துகொண்டிருந்தது
ஏக்கத்துடன்.

செவ்வாய்க்கு மறுநாள் ஆனால்
புதன்கிழமை அல்ல
2019

கவிதை
ஒன்றும் செய்வதில்லை
சரி
கவிதையையும்
ஒன்றும் செய்வதற்கில்லை.

## ஆயுள் கணம்

சொற்பப் பொழுதே ஜீவிதமென்
றறியாமலா
கொல்லென்று பூத்துச் சிரிக்கிறது பொற்கொன்றை?

ஒற்றைப் பருவத்தின் களிப்பென்
றுணராமலா
வேர்களில் உறைந்த காலம் வெளிவந்து சிலிர்க்கிறது?

சிலசமயம் ஒரு நொடிக்குள்ளேயே
வாழ்ந்து தீர்வதில்லையா பிறவியின் மொத்த ஆயுள்?

## நடை

மகா கவி இசை வாக்கிங் போகிறார்

அவர் வாக்கிங் போகும்போது
அவரைத் தாங்கும் பேறுபெற்ற
இந்த உலகமும் வாக்கிங் போகிறது

இளம் காற்றும் புலரொளியும்
புல்லும் புழுவும் புள்களும்
மீனும் நாயும் பூனைகளும்
சமயங்களில் மனிதர்களும்
வாக்கிங் போகிறார்கள்

அவ்வப்போது
பிசாசும் தெய்வமும் உடன் போகின்றன

மகாகவி வாக்கிங் முடித்துத் திரும்புகிறார்

வீடு திரும்பும்போது
கூட வந்தது பிசாசென்றால்
மகாகவி கவிதை எழுதுகிறார்
தெய்வமென்றால்
இசை சண்டை போடுகிறார்.

(கவிஞர் இசைக்கு)

## மஞ்சள் நிற டாலியா

கண்டேன் ஜன்னல் வழியாக
ஓர் அற்புதத்தை

மதிலுக்கு அந்தப் பக்கம் நடந்து வந்த ஒரு பெண்
முந்தானைக் குடைநிழலும் தணிக்காத
வெயிலில் துவண்ட இடுப்புச் சிசுவை
நின்று இளைப்பாற்றிக் கொண்டிருக்கிறாள்

மதிலுக்கு இந்தப் பக்கம் நின்றசையும் செடி
இலைகளின் மறைவில் வாடித் தொங்கிய
மஞ்சள் நிற டாலியாவைச் சுமந்து
நிழல்தேடி நகர்ந்து கொண்டிருக்கிறது.

## ஒரு சொல் இருந்தால்...

நம்
உலகங்கள் வெவ்வேறானவைதாம்

எனினும்
உன் உலகம் எனதாகலாம்
என் உலகம் உனதாகலாம்
ஒரு சொல் இருந்தால்...

நாம்
வேறுவேறானவர்கள்தாம்

எனினும்
நீ நானாகலாம்
நான் நீயாகலாம்
ஒரு சொல் இருந்தால்...

ஆனால்
அந்தச் சொல் இருக்கிறதே
கரைக்குக் கடல் தூரத்தில்...

## களிறு எறிந்து பெயர்தல்

நகங்கள் தந்தங்களை விலக்கி வைத்தால்
சுருக்கம்விழாமல்
ஒரு அங்குலம் கூட இல்லாத
கெட்டிச் சருமம்
இறக்கையாக விலாவில் முளைப்பதற்குப்பதில்
இடம்மாறி முகச்சரிவில் படர்ந்த
செவித்தோல்கள்
திருஷ்டிப் பரிகாரமாக ஒட்டவைத்த
மேனிக்குப் பொருந்தாத
இரண்டு கண்ணாடிக் குமிழிகள்
பள்ளிக்கூடப் புவியியல் புத்தகத்திலிருக்கும்
தற்காலத் தமிழக நிலப்படம் போன்ற வதனவெளி
கபாடபுரத்தில் கடல்கொண்டுபோன
நிலத்துண்டை நினைவுறுத்தும் நீண்ட முன் கை
வாஸ்து சரியில்லை என்று கைவிடப்பட்ட மண்டபத்தின்
முழுமையடையாத நான்கு தசைத்தூண்கள்
பன்றி பேருருக் கொள்வதற்கும்
யானை குறுந்தோற்றம் அடைவதற்கும் இடையில் நேர்ந்த
பரிணாமக் குழப்பத்தில் மயிர் சிலிர்த்த அவசர பிருஷ்டகுஞ்சம்

மேற்கண்டவாறு நாமறிந்த
அரைகுறைத் தகவல்களைப்
பொருத்திச் சேர்த்து விளங்கிக்கொள்வதன்றி
யானையை நாம் சரியாகப் பார்த்ததில்லை

நாம் பொருத்திப் பார்க்கும் யானைமைத் தகவல்களை
ஐந்தாம் கையால் வளைத்துத் துவம்சம் செய்தபடி
வேதாந்திகளின் கைக்குச் சிக்காத கடவுளைப்போல
எத்தனைக் கொடும்மழையில் நனைந்தாலும்
காலம் எழுதிய கிறுக்கல்கள் கலையாத உடலுடன்
வார்த்தைகளின் கானகத்தில் உலாவிக்கொண்டிருக்கிறது
சரியான யானை

மொழி தெரிந்தால் யானையை நெருங்கலாம்
யாரிடம் கற்பது யானை மொழியை?

## நமக்காகவா காத்திருக்கின்றன?

உன்னை வெறுப்பதாக இருந்தால்
அதை
ஒரு வாக்கியத்தில் சொல்லுவேன்

அந்த வாக்கியம்
கறுப்பு நிறமுள்ளதாகவும்
கரிப்பானதாகவும்
குளிர்ந்து உறைந்ததாகவும் இருக்கும்

உன்னைப் புறக்கணிப்பதாக இருந்தால்
அதை
இரண்டு வார்த்தைகளில் சொல்லுவேன்

அந்த வார்த்தைகள்
சாம்பல் நிறமுள்ளவையாகவும்
துவர்ப்பானவையாகவும்
காற்றில் அலைவதாகவும் இருக்கும்

உன்னை நேசிப்பதாக இருந்தால்
அதை
மௌனத்தின் ஒற்றைச் சொல்லில் காட்டுவேன்

அந்தச் சொல்
நிறமற்றதாகவும்
ருசியற்றதாகவும்
காட்சியிலிருந்து ஓசைக்குள் பாய்வதாகவும் இருக்கும்

இந்தப் பளிங்குப்பேழைக்குள் பத்திரமாக இருப்பவை
உறைந்த ஒரு வாக்கியம்
அலைமோதும் இரண்டு சொற்கள்
ததும்பும் ஒரு மௌனம்

அவை நமக்காகவா காத்திருக்கின்றன?

## யாவுள பெருவலி

உணரும்போது ஒன்றாகத் தெரிந்தாலும்
வலிகள்
பொதுவானவை அல்ல

ஒவ்வொரு வலியும்
ஒன்றுக்கொன்று மாறுபட்டது
ஒவ்வொரு வலிக்கும்
தனிப் புவியியல் இருக்கிறது
தனி வரலாறும்

ஒவ்வொரு வலிக்கும்
தனித்தனி எல்லைகள் இருக்கின்றன
மண்டைக் குடைச்சலும் கால்கடுப்பும்
வெவ்வேறாவதற்கும்
பற்கூச்சமும் கண்நோவும்
தனித்தனியாவதற்கும் காரணம்
இந்த எல்லைப் பிரிவினை.

ஒவ்வொரு வலிக்கும்
பிரத்தியேக நிறங்கள் இருக்கின்றன
செவிக்குத்தலின் அரைவெண்மையையும்
குடலிறக்கத்தின் வெளிர் மஞ்சளையும்
மூட்டுப் பிடிப்பின் நீலத்தையும்
உதரக் கலவரத்தின் சிவப்பையும்
கை முறிவின் கருமையையும்
அதனதன்
பிரதேச எல்லைகளே தீர்மானிக்கின்றன
அவற்றை உண்மையாக்குகிறது வரலாறு

ஒவ்வொரு வலிக்கும்
மாறுபட்ட பருவங்கள் இருக்கின்றன
குளிர்கால வலியை கோடைக்கால வலியும்
மழைக்கால வலியைப் பனிக்கால வலியும்
ஏளனம் செய்வது
புவியியல் தூண்டுதலால்
அதற்கு
ஆதாரம் திரட்டுகிறது வரலாறு.

ஒரு வலியும் இன்னொரு வலிக்கு
ஆறுதலாவதில்லை
ஏனெனில் வலிகள்
பகிர இயலாதவை

ஒரு வலியும் இன்னொரு வலிக்கு
மாற்றாவதில்லை
ஏனெனில் வலிகள்
பிறப்பிடத்தைப் பிரியாதவை
நிவாரணிகள்
வலிகளைப் போக்குவதில்லை;
அவற்றை வஞ்சிக்கின்றன

எனவே வலிகளை உணர ஒரே வழி
அவற்றை
துளியிலிருந்து நீரைப் பிரிப்பதுபோலப்
பிரித்து வைப்பது.

## நான் பறக்கும் மீன்

ஏழுகடல் நீந்திவந்த மீனிடம்
கண்ணாடிப்பேழைக்குள் ததும்பும் நீரைக்காட்டி
ஏழைவிடப் பெரிய சமுத்திரம் என்கிறாய்

எண்திசை கடந்து வந்த பறவையிடம்
கம்பிக்குள் சிக்கிய வானைக்காட்டி
அளவற்ற ஆகாயம் என்கிறாய்

மூடாத விழிகளால் சிரிக்கிறது மீன்
படபடக்கும் சிறகுகளால் சிரிக்கிறது பறவை

விழிமூடி
வெளியைத் துழாவிச் சிரிக்கிறேன் நான்

நானே அந்த நீச்சல்
நானே அந்தப் பறத்தல்.

## உலகின் உருவம்

பைத்தியம் 'ஆ'னா
சக பைத்தியம் 'ஆவன்னா'விடம் சொன்னது

'உலகம் உருண்டையானது
எலுமிச்சம் பழம்போல'

பைத்தியம் ஆவன்னா
சக பைத்தியம் ஆனாவிடம் திருப்பிச் சொன்னது

'உலகம் உருண்டைதான். சரி
ஆனால் நீ சொல்லும்
எலுமிச்சம் பழம்போல அல்ல
தக்காளிப் பழம்போல'

பைத்தியங்கள் ஆனா ஆவன்னாவின்
சக பைத்தியம் 'ஈ'னா சொன்னது

'உலகம் உருண்டைதான். சரி
ஆனால் நீங்கள் சொல்லும்
எலுமிச்சம் பழமோ
தக்காளிப் பழமோபோல அல்ல
சேனைக் கிழங்குபோல'

பைத்தியங்கள் ஆனாவும் ஆவன்னாவும்
ஈனாவை ஒப்புக் கொண்டன

'உலகம் உருண்டைதான். சரி.
முண்டும் முடிச்சுமான பூமி
எலுமிச்சம்பழம் போலவோ
தக்காளிப் பழம்போலவோ
இருப்பதற்கில்லை'

பைத்தியங்கள் எனினும்
ஆனாவும்
ஆவன்னாவும்
ஈனாவும் சொல்வது ஒருவேளை
சரியாகவே இருக்கலாம்

ஏனெனில்
பைத்தியங்கள் பொய் சொல்வதில்லை.

## ஆழல்

நீருக்குள் அமிழ்வதும்
பெண்ணுக்குள் ஆழ்வதும் இரண்டல்ல; ஒன்றே
அனுபவம் சாட்சி

எவ்வளவு கவனமாக இருக்கிறோமோ
அவ்வளவு அனிச்சையாகவே
அமிழும்போதும் ஆழும்போதும்
அடைத்துக் கொள்கின்றன கண்கள்

இருளின் ஒளியிலேயே பார்த்து
உணர்கிறோம்
நீரில் நீர்மையையும்
பெண்ணில் பெண்மையையும்

பார்ப்பதில் பாதியும்
விளங்காப் புதிர்
உணர்வதில் பாதியும்
தெளியா ஊகம்

ஊகித்த புதிருக்கும்
புதிரான ஊகத்துக்கும்
இடையில் மூழ்கும்போது
நம்மை இழக்கிறோம்
நீரோடு நீராக
பெண்ணோடு பெண்ணாக

நீர்க் காதலின் விசையிழுப்பில்
வளைந்து நீள்கிறோம்
நீரோட்டக் கைகளைப் பற்றிக் கொள்கிறோம்
குமிழிகளில் அருந்துகிறோம்
சுழிகளில் சுழல்கிறோம்
வளைவுகளில் புரள்கிறோம்
சரிவுகளில் வழிகிறோம்
ஊற்றுகளில் பீறிடுகிறோம்
தலைகவிழ்ந்து ஓடிகிறோம்
ஊகிக்க முடியாப் புதிர்ப் புனலில்
சுற்றிச்சுற்றிச் சுழன்றுசுழன்று வெள்ளமாகிறோம்

எனினும் ஒருபோதாவது
நீர்மேனியின் நிஜப்பரப்பை
நிதானமாகப் பார்த்தோமா
துல்லியமாய் உணர்ந்தோமா?

அடுத்த முறை ஆகட்டும்
நீரில் ஒளிகரையும் உயிர்க்கூத்தைக் காண
அடையாக் கண்களுடன் ஆழலாம்.

## வாழ்க நீ

அவரை எவராலும் தவிர்க்க முடிவதில்லை
அவராலும் கூட.

ஒரு நாளின் ஒரு நொடியிலாவது
அவர் இருந்துகொண்டே இருக்கிறார்
அல்லது
எல்லா நாளிலும் ஏதாவது நொடியில்

அவர்
ஓர் இடைநிலை
ஒன்றுக்கும் இரண்டுக்கும் இடையில்
ஒளிந்திருக்கும் முடிவிலி

நாணயத்துக்கும் மதிப்புக்கும் இடையில் நிகழும் புழக்கம்
விருந்துக்கும் பட்டினிக்கும் இடையில் தவிக்கும் உதரம்
உடலுக்கும் உயிருக்கும் இடையில் நகரும் வெளிச்சம்
ஒளிக்கும் இருட்டுக்கும் இடையில் பதுங்கியிருக்கும் துலக்கம்
மகுடத்துக்கும் பிச்சைக் குவளைக்கும் இடையில்
                              சொரியும் காருண்யம்
கண்ணீருக்கும் குருதிக்கும் இடையில் கசியும் நீர்மை
ஒப்பனைக்கும் அம்மணத்துக்கும் இடையில் தியானிக்கும்
                              வார்த்தை
சொல்லுக்கும் மௌனத்துக்கும் இடையில் முரலும் அர்த்தம்
உண்மைக்கும் பொய்க்கும் இடையில் அலறும் மகா மௌனம்

அவரை எவராலும் துறக்க முடிவதில்லை
அவரது தோழர்களாலும்
அவரது பகைவர்களாலும்,
ஏன் அவராலேயும்.

அவரது சிக்கல்
அவர், அவரில் எல்லாரையும் பார்த்தது
அல்லது
அவரில் எல்லாரும் அவர்களையே பார்த்தது.

அவரது பெருஞ்சிக்கல்
அவர், அவரில் அவரைப் பாராதது

ஒரு நாளின் ஒரு நொடியிலாவது
தவிர்க்க முடியாமல்
எல்லாரும் அவராக இருக்க நேர்கிறது

புழக்கத்தில் மதிப்பை
உதரத்தில் பசியை
வெளிச்சத்தில் உயிர்ப்பை
துலக்கத்தில் இருளை
கருணையில் மகுடத்தை
நீர்க்கசிவில் உப்பை
வார்த்தையில் நிர்வாணத்தை
அர்த்தத்தில் மௌனத்தை
மகா மௌனத்தில் உண்மையை
உணரும் முடிவற்ற நொடியில்
எல்லாரும் அவராக இருக்க நேர்கிறது

இருள் ஒளியாகும்
அந்த அருங்கணத்தில் எல்லாரும்
அரையாடை அணிந்த பொக்கை வாய்ச் சிரிப்பாகிறார்கள்.

## ஈரம்

அறிவிப்பில்லாமல் வந்த கனமழையில்
இருண்டன புறங்கள்
சட்டென்று இரவானது பகல்

ஆங்காரக் காற்றில் அதிர்ந்து நடுங்கி
இலைகளை உதிர்த்தது
முற்றத்து மரம்

அகால மழை அவசரமாக விடைபெற்றதும்
மீண்டது பகல்
திசைகள் பெருமூச்சு விட்டன

கிளையில் மிஞ்சிய
ஒரேயொரு தளிரை
ஈரம்போகத் துவட்டிக் கொண்டிருக்கிறது
வெயில்.

## தீதும் நன்றும்

முன்பு
அங்கே எல்லாம் இருந்தது
முன்பு எல்லாம் நன்மையாக இருந்தது
முன்பு நன்மையே எல்லாமாக இருந்தது

முன்பு
அங்கே நன்மை இருந்தது
முன்பு நன்மை எல்லாமாக இருந்தது
முன்பு எல்லாமே நன்மையாக இருந்தது

இப்போது
அங்கே எதுவும் இல்லை
இப்போது எதுவும் நன்மை இல்லை
இப்போது நன்மையாக எதுவும் இல்லை

இப்போது
அங்கே இல்லாமை இருக்கிறது
இப்போது இல்லாமையே நன்மையாக இருக்கிறது
இப்போது நன்மையே இல்லாமையாக இருக்கிறது

## விசும்பின் துளி

ஒரு சிறு சுருக்கமில்லை
துளி மேகக் கறையில்லை
அபூர்வ நீலத்தில்
விரிந்திருந்தது விசும்பு

வானத்தைப் பார்த்தால்
வானம்போலில்லை

அப்பழுக்கற்ற நீலப் பிரகாசம்
உண்மையின் அச்சுறுத்தல்

நீலத்தின் ஊடே
கிழக்கிலிருந்து மேற்காக
ஒரு கரும் பறவை பறக்கிறது
அதன் கூவல்
நீலத்தைக் கொசுவிப் பின் தொடர்கிறது

இப்போது வானம்
வானத்தைப் போலிருக்கிறது.

## நாளையின் பாடல்கள்

பேற்று நோவடங்கி உடல்பரப்பிக் கிடக்கிறது நிலம்
கரு ஈன்ற அசதிப் பெருமூச்சாய் விம்மி அலைகிறது காற்று
உயிர்ப் பிசுக்கின் ஒளிர்வுடன் ததும்புகிறது கானல்
கதிரிலிருந்து உதிர்ந்து மண்ணுக்குள் உறங்கும்
ஆதரவற்ற வித்துக்கள் திசையதிர விசும்புகின்றன
அவற்றைச் சமாதானம் செய்கின்றன
வரப்பில் குந்தியமர்ந்திருக்கும் சில பாடல்கள்.

## வெறுப்பின் உச்சத்திலிருக்கிறேன்

நான்
வெறுப்பில் தகித்துக் கனன்றிருக்கிறது
வெறுப்பின் உச்சத்திலிருக்கிறேன்
இன்றைய நாள்

முன்னே வாராது ஒழியுங்கள்
வெறுப்பேற்றாமல் சும்மா விடுங்கள்
என்னை

யோசிக்கவே வெறுப்பைத் தரும்
ஓர் அபத்தக் கனவால்
கலைந்தே தொடங்கியது
வெறுக்கத்தக்க இந்த நாள்

கால அட்டவணையை முந்திக் கொண்டு விடிந்த
அவசரப் பொழுதும்
விட்டுவிட்டு ஒலித்த
பறவையின் சுருதிபிசகிய அன்றாடக் கூவலும்
குளியலறைக்குள் என்னை வேவுபார்த்து
சூள் கொட்டிய அசட்டுப் பல்லியும்
உணவு மேஜையில் அமரும் முன்பே
ஆறித் தொலைத்த பதார்த்தமும் பானமும்
கடன் நிலுவைக்குத் தாக்கீது செய்த
நச்சரிப்புத் தொலைபேசிக் குரலும்
இடையில் குறுக்கிட்டுக் கிடைத்த பதிலால்
தொடர்பைத் துண்டித்தவளின் விஷக் கொஞ்சலும்
என்னைப் பிணையாக வைத்து வென்றவனின்
திக் விஜயக் குளம்பொலியும்...

எல்லாமும் எல்லாரும் வெறுப்பாகத்
தென்படும் இந்த வேளைகெட்ட
வேளையில்
அன்பின் உறையிலிருந்து உருவிய வாளுடன்
வெறுப்புக்குரியவர்களாக
எதற்காகக் கண்முன் வந்து நிற்கிறீர்கள்?

என் சிரசைக் கொய்தெடுத்துப் போகவா?
ஆஹா, எத்தனை பேரதிர்ஷ்டம்.
ஆனால் இதுவல்ல அதற்கான நாள் – இன்று
வெறுப்பின் உச்சத்தில் காய்ந்து சிவந்திருக்கிறேன்

நல்லது,
அந்த வாளை விட்டுவிட்டுப்போங்கள்
வெறுப்பை வெறுத்திருக்கும்
நன்னாளின் சுபவேளையில் அழைத்து
கச்சிதக் குறைவின்றி வெட்டிச்சமர்ப்பிக்கிறேன்
கடலுறங்கும் என் தலையை.

## கடலினும் பெரிது

விரும்பியதை அடைய
ஏழுகடல் கடக்க வேண்டும் என்றார்கள்.

காலடி மணலில் பிசுபிசுத்த
முதல் கடலைத் தாண்டினேன்
பாதத்தில் புரண்டு கொண்டிருந்தது
இரண்டாம் கடல்
கணுக்காலைக் கரண்டிய
மூன்றாம் கடலை உதறித் தள்ளியும்
முழங்காலில் மண்டியிட்டது
நான்காம் கடல்
இடுப்பை வருடிய ஐந்தாம் கடலைப்
புறக்கணித்து நடந்தேன்
கழுத்தை நெரிக்க அலைந்தது
ஆறாம் கடல்
தலையை ஆழ மூழ்கடித்து
உட்புகுந்து ஆர்ப்பரித்த
ஏழாம் கடலைக்
கொப்பளித்துத் துப்பியதும்
'வெற்றி உனதே, இனி
விரும்பியதை அடையலாம்' என்றார்கள்.

உப்பை ருசித்தபடிக் கேட்டேன்
'ஏழினும் பெரிய கடல் இல்லையா?'

## பதில் வேண்டாக் கேள்விகள்

உன்னை
எதுவரை என்னால் காதலிக்க முடியும்?
உலகின் எல்லாக் கடிகாரங்களும்
ஒரே நேரத்தைக் காட்டும் வரையிலா?

உன்னை
என்றுவரை என்னால் காதலிக்க முடியும்?
பூமியில் எல்லா இடங்களிலும்
விடியலும் அந்தியும் ஒரேபோலக் காணும் வரையிலா?

உன்னை
எந்தத் தருணம்வரை என்னால் காதலிக்க முடியும்?
கிளையுதிர்ந்த பூ
சுழன்று இறங்கி மண்ணில் விழும் முன்பே
அந்தரத்தில் வாசனையாக மிஞ்சும்வரையிலா?

உன்னை
எந்த நொடிவரை என்னால் காதலிக்க முடியும்?
என்னுடனான உன் அன்பு
எல்லாவற்றினும் மீதான உன் கருணையின்
ஆகப் பெரிய துளி என்பதை மறவாத வரையிலா?

## செவ்வாய்க்கு மறுநாள், ஆனால் புதன்கிழமை அல்ல

வீடு தவறியோ விலாசம் விசாரித்தோ
உதவிகோரியோ நன்கொடை திரட்டவோ
எப்போதாவது யாராவது வருவார்கள்
என்பதைத் தவிர்த்தால்
வாசலுடன் திரும்பும் அன்றாடர்களைத் தவிர
வருகையாளர் அதிகமில்லை வீட்டுக்கு

அனுமதி கோராத அழைப்பாளர்கள் சிலரும்
அபூர்வமாக நுழைவதுண்டு

விடிந்ததும் காற்றின் வெளிச்சம்
வீட்டைப் பிரியாத பூனையின் காதலன்
காதலனை வேவுபார்க்க வரும் இன்னொரு காதலி
முற்றத்து மரக்கிளை ஒடிந்தது எப்படி என்று
விசாரணை செய்ய வரும் நீல வால் குருவி
தொட்டிப் பூவைப் பறித்தது ஏன் என்று
பிராது சொல்லும் தேன் சிட்டு
மழைத்துளி விழுந்ததும் கத்தித் துள்ளும் தவளை
அறைகளுக்குள் பதுங்கியிருக்கும் அந்திப் பிரகாசத்தைக்
கைப்பிடித்து இழுத்துச் செல்லும் முன்னிரவு
இவையெல்லாம் தற்செயல் வருகைகள்

இன்று
வெய்யிலின் இளநீர் வாசனையோடு
கண்ணாடிப் பிரதிபலிப்பாய்க் கொதித்து மின்னும்
நட்டநடுப் பகலில்
மூடிய கதவைக் கடந்து
யாரோ நுழைந்ததை உணர்ந்து திகைத்தேன்
கூடத்தில் பார்த்தேன், அறைகளுக்குள் தேடினேன்

யாருமில்லை யாருமில்லை யாருமேயில்லை
எனினும் யாரோ வந்து
வீடு முழுவதும்
ஊன்றி நடந்து திரும்பிய அடையாளமாய்
தாழிட்ட கதவுக்கு இப்பால்
வாசல் நிலையருகில் தரையில்
ஒரு ஜோடிக் காற்சுவடுகள்
ஆரஞ்சு ஒளியுடன்
விட்டுவிட்டு ஒளிர்வதைப் பார்த்தேன்

அப்போது முதல்தான்
இதயத் துடிப்பின் நிமிடக்கணக்கில்
ஒரு துடிப்புக் குறைந்ததை உணர்ந்தேன்
அன்று
செவ்வாய்க்கு மறுநாள், ஆனால்
புதன்கிழமை அல்ல.

## காதல் கவிதை

உப்புக்குள் ஒளிந்திருக்கும்
ஓயாத அலைகளை எழுப்பி
சமுத்திரத்தை உண்டாக்குவது...

கல்லுக்குள் மறைந்திருக்கும்
திட சித்தத்தைச் சேர்த்து அடுக்கி
மலையைச் சமைப்பது...

எப்போதோ விழுங்கியும்
தொண்டையை விட்டு இன்னும் இறங்காத
விஷத்தை வடித்து அமிர்தத்தைத் திரட்டுவது...

பெருமக்களே
பெண்ணைக் காதலிப்பதென்றால்
இவையெல்லாம் தான்.

மின்சார இஸ்திரிப் பெட்டி
சூடேறிவிட்டதா என்று
விரலில் எச்சில் தொட்டுப் பரிசோதிப்பதும்
இதில் சேர்த்திதான்.

## எனினும்

இதுவல்ல அது; ஆம்
எனினும் அதுவே இது.

இது தொடக்கமல்ல
எனினும் இது தொடக்கம்
இது முடிவல்ல
எனினும் இது முடிவு

இது சிக்கலல்ல
எனினும் இது சிக்கல்
இது தீர்வல்ல
எனினும் இது தீர்வு

இது உண்மையல்ல
எனினும் இது உண்மை
இது பொய்யல்ல
எனினும் இது பொய்

இது முழுமையல்ல
எனினும் இது முழுமை
இது அரைகுறையல்ல
எனினும் இது அரைகுறை

இது அசலல்ல
எனினும் இது அசல்
இது மாற்றல்ல
எனினும் இது மாற்று

இது இருப்பல்ல
எனினும் இது இருப்பு
இது வாழ்வல்ல
எனினும் இது வாழ்வு

இது நானல்ல
எனினும் இது நான்
இது நீயல்ல
எனினும் இது நீ

இது ஒளியல்ல
எனினும் இது ஒளி
இது கவிதையல்ல
எனினும் இது கவிதை

## ஜகன்மோகினி

மறைக்கப்படாத உன் இடங்களை எல்லாம்
பகல் ஒளியின் உண்மைபோலப்
பார்த்த எனக்கு
ஆடையின் இருளில் அதே இடங்கள்
அறியாமையின் திகைப்பாய்த்
திணறவைப்பதேன்?

தெளிந்த ரகசியம் எந்தப் பொழுதில்
தெரியாப் புதிராகிறது ஜகன்மோகினி?

> ஜகன்மோகினி: 15 ஆவது மேளகர்த்தா ராகமான மாயாமாளவகௌளையின் ஜன்ய ராகம்.

## எப்போதும் கடல்

எல்லாக் காலத்திலும்
அமைதியாக அடங்கியிருப்பதில்லை
எல்லாக் காலத்திலும்
கொந்தளித்துக் குமுறுவதில்லை
எல்லாக் காலத்திலும்
உற்சாகமாகப் பாடிக் கொண்டிருப்பதில்லை
எல்லாக் காலத்திலும்
நிசப்தமாக முணுமுணுத்துக் கொண்டிருப்பதில்லை
எல்லாக் காலத்திலும்
ஒளிசிதற அலைந்து கொண்டிருப்பதில்லை
எல்லாக் காலத்திலும்
அந்தகாரத்தில் ஒளிந்திருப்பதில்லை
எல்லாக் காலத்திலும்
மூழ்கடித்துக் கொல்வதில்லை
எல்லாக் காலத்திலும்
உயிர்ப் பிச்சையளித்துக் கரையேற்றுவதில்லை
எல்லாக் காலத்திலும்
கடலுக்குள் மட்டுமே கடலிருப்பதில்லை
எல்லாக் காலத்திலும் கையளவுக் கடலொன்று
கடலில் இருப்பதுபோலவும்
கடலில் இல்லாதது போலவும்
கைக்குள் இருக்கிறது
எனினும்
எல்லாக் காலத்திலும்
கடலிலும் கடல் இருந்துகொண்டேயிருக்கிறது.

## தனுவச்சபுரம் இரண்டாவது (மாற்றப்பட்ட) பதிப்பு

**1**

சங்கம்புழையைத் தெரியுந்தானே உங்களுக்கு?
கிருஷ்ணப் பிள்ளையைத் தெரியாவிட்டாலும்
சங்கம்புழையைப் பற்றிக் கேட்டிருப்பீர்கள் இல்லையா?
கபட லோகத்தில் ஆத்மார்த்தமான
இதயம் சுமந்திருந்த தோத்தாங்குளிக் கவிஞன்.
ஒவ்வொரு இரவும் பூமொட்டின் நறுமணத்தில்
உறங்கி எழுந்த பாட்டுப் பிசாசு.
நண்பன் ராகவனின்
காவியக் காதலை நாடகமாக்கி
கோடானு கோடி விழிகளைப் பிழிந்தவன்.
தரித்திர ராகவனை ரமணனாக்கினான்.
செல்வக் காதலியைப் பெயரிலி ஆக்கினான்.
எல்லாக் காதலர்களும் ரமணன்கள்.
எல்லாக் காதலிகளும் சந்திரிகைகள்.

**2**

சங்கம்புழையைத் தெரியுந்தானே உங்களுக்கு?
சங்கம்புழையைத் தெரியாவிட்டாலும்
சந்திரிகையைப் பற்றிக் கேட்டிருப்பீர்கள் இல்லையா?
கானகச் சாயலில் காதல் இடையனுடன்
ஆடு மேய்க்க வீடு துறந்த சீமாட்டி
சந்திரிகையைத் தெரியாவிட்டாலும்
ராகவனைத் தெரியுந்தானே உங்களுக்கு?
காதலில் தோற்றுக் கயிற்றில் தொங்கியவன்
ராகவனாய் மரித்து ரமணனாய் வாழ்பவன்
தற்கொலையில் முடிந்த
எல்லாக் காதலர்களும் ரமணன்கள்
தற்கொலைக்குத் தள்ளிய
எல்லாக் காதலிகளும் சந்திரிகைகள்.

## 3

சங்கம்புழையை, ராகவனை, சந்திரிகையை,
ரமணனை தெரியாவிட்டாலும்
தனுவச்சபுரத்தைத் தெரியுந்தானே உங்களுக்கு?
ரயில் நிற்கும்போதெல்லாம் யாரேனும்
தனுவைத்தபுரம் என்று திருத்தி உச்சரிக்கும் பெயரூர்
எல்லா ஊரும் இன்று தனுவச்சபுரந்தான் என்று
பசுவய்யா பண்டு சாட்சி பகர்ந்த இடம்

இன்றும் ரயில் நின்றதும்
நானும் சரியாக உச்சரித்தேன் தனு வைத்த புரம்
நின்ற ரயில் நகராமல் நின்றிருக்க
பார்த்து வந்து யாரோ சொன்னார்கள்
'பாய்ந்து செத்திருக்கிறாள், பாவம் இடைச்சி'
ஆமோதித்துக் கலங்கியது இன்னொரு குரல்
'அயல்காரிதான் சந்திரிகா, அநியாயச் சாவு'

நடுங்கும் குரலில் அந்தரத்தில் கேட்டேன்
'சாவுக்குள் தள்ளியது ரமணனா?'

ஏன் அப்படிக் கேட்டேன் என்று
இப்போதும் விளங்கவில்லை
தனுவைத்தபுரமும் சங்கம்புழையும் தெரியுமா உங்களுக்கு?
எல்லாக் காதலர்களும் ரமணன்களா?
எல்லாக் காதலிகளும் சந்திரிகைகளா?

# கானமூர்த்தி

பாடகர் பாடுகிறார்
இரு வினைகள் நிகழ்கின்றன

ஆழ்ந்து மூழ்கி
சமுத்திரத்தின் ஆதி அலையைத் தேடுகிறார்
அதுவோ
அநாதிகாலமாக
வற்றாத ஊற்றில் குமிழியாக முகிழ்த்து
ரீங்கரித்துக் கொண்டேயிருக்கிறது

எவ்விப் பறந்து
ஆகாயத்தின் முதல் விண்மீனைத் துழாவுகிறார்
அதுவோ
இருளின் வெளியில்
மின்னிமின்னி ஒலித்துக் கொண்டேயிருக்கிறது.

பாடகர் திரும்புகிறார்
இரு கொடைகள் கிடைக்கின்றன

கொண்டுவந்த குமிழ் கடலாக அலைகிறது
கொண்டுவந்த விண்மீன் வானாக விரிகிறது

அந்தக் கொடைப் பொழுதில்
பாடகர் மண்ணில் கடலாகிறார்
கேட்பவன் குமிழியாகிறான்
அவர் நிலத்தின் விசும்பாகும்போது
கேட்பவன் நட்சத்திரமாகிறான்

பாடகர் மௌனமாகும் வசிய கணத்தில்
நெரித்த திரைக்கடலாகிறது குமிழ்
பாயுமொளியாகிறது வான்சுடர்.

**(சஞ்சய் சுப்ரமணியனுக்கு)**

## நிற்றல்

நிற்கும் இடத்தைவைத்தே அறியப்படுவதால்
எல்லார்க்கும் எதன் மேலாவது
நின்றாக வேண்டிய கட்டாயம்.

மலைமுகட்டில் நிற்கிறார்கள் சிலர்
அதனாலேயே
'எல்லாரையும் விட நாங்கள் உயரமானவர்கள்'
என்று அறிவிக்கிறார்கள்; அதனாலேயே
ஆகாயத்தைக் கீழிறக்க எத்தனிக்கிறார்கள்

அதலபாதாளத்தில் நிற்கிறார்கள் சிலர்
அதனாலேயே
'எல்லாரையும் விடத் தாழ்ந்தவர்கள் நாங்கள்'
என்று அங்கலாய்க்கிறார்கள்; அதனாலேயே
பூமிக்குக் குடைச்சல் கொடுக்கிறார்கள்.

இந்த
ஆகாயப் பறிப்பும் பாதாள மறுப்பும்தான்
ஒருவருக்கு இன்னொருவரைப் பகையாக்குகிறது

விரும்பிய இடங்களில் விருப்பத்துடன் நிற்க
வாய்ப்பதில்லை எல்லாருக்கும்
விருப்பமான இடங்களில் விரும்பாதவர்கள் நிற்பதில்
விருப்பமில்லை எவருக்கும்

எனினும்
எல்லாரும் எதனெதன் மேலோ
நின்றுகொண்டிருக்கிறார்கள்

வெகுசிலர் மட்டுமே
தண்ணீரின் மேல் நிற்கிறார்கள்
வாரியணைக்கக் கரங்கள் விரிந்திருப்பதால்மட்டுமே
அப்படி நிற்க முடிகிறதாம் அவர்களால்.

## புலி ஆட்டம்

என் செல்லப் பிராணி
பரம சாது என்றால்
நம்ப ஏனோ மறுக்கிறீர்கள்

சிரிக்கும்போதும் சினந்து எரியும் கண்கள்
அப்போதுதான்
திரித்து முறுக்கிய நார்வட வால்
கணக்காகப் பார்த்து
தாறுமாறாகக் கீறிய ரோமக் கோடுகள்
பாலை வெய்யிலின் உக்கிர சருமம்
நெளியும் உயிரைக் கவ்வும் வளைஎயிறுகள்
நிலம் கிழிக்கும் கொன்றை உகிர்ப் பாதங்கள்

எல்லாம் இருப்பதால்
அஞ்சி மிரண்டு நடக்கிறீர்கள்

என் செல்லப் பிராணி
சாகபட்சணி என்றால்
ஒப்புக்கொள்ள ஏனோ தயங்குகிறீர்கள்

பசித்தால்
பசும் புல்லைத்தான் மேய்கிறது
தாகித்தால்
துளசி தீர்த்தமே அருந்துகிறது

பாருங்களேன்
புஜிபுஜி என்று அழைத்தால்
ஒரு பூனையைவிட
எவ்வளவு ஒய்யாரமாக
ஓடி வந்து என் காலடியில் ஒண்டிக்கொள்கிறது
உண்கலத்தில் பரிமாறிய வாதுமைக் கொட்டைகளை
ஒரு அணிலைவிட
எவ்வளவு பக்குவமாகப் பிளந்து கொறிக்கிறது
உண்ட களைப்பில்
ஒரு தியானியைவிட
எவ்வளவு சாந்தமாக
சுகாசனத்தில் அமர்கிறது

பாருங்களேன்
அன்பு மீதூற அனிச்சையாக
ஶூச்ஶூ என்று ஒலி எழுப்பியதும்
முதல் மழைத்துளியில் சிலிர்க்கும் அரசந்தளிர்போல
எவ்வளவு பரவசத்துடன் முதுகைச் சிலிர்க்கிறது.

பரமசாது என் செல்லம் என்பதை
எவ்வளவு சொன்னாலும் ஏற்க மறுக்கிறீர்கள்.

என் அருமைப் பிராணி
வன் விலங்கு என்று
உங்களைப் போலவே எனக்கும் தெரியும்
எனக்குத் தெரியும் என்பது
என் செல்லத்துக்குத் தெரியாது.

## கலவி நுணுக்கம்

அமுதையும் விஞ்சிய அதிமதுரம்
அதர ருசியென்று
ஏழிரண்டு உலகும்போய் அறிவிப்பேன்

எனில்
எட்டிச் சுவையைவிடக் கொடும் கசப்பு
காதுக் குரும்பியென்று
எந்த நரகத்தில்போய்ச் சொல்வேன்?

கலவி உச்சத்தில்
உற்றறிந்தேன் இச் சுவைகளென்று
எப்படிப் பெண்ணிடம்
உளறுவேன்கொல் வள்ளுவரே.

## சரிதம்

உதிர்ந்து கிடக்கும் சருகுகளைப்
புரட்டிப் புரட்டிக்
காற்று என்ன வாசிக்கிறது?

மரத்தின் நாட்களை.

## பழைய கோட்டை

கோட்டை
வரலாற்றிலிருந்து விண்டு எடுத்து
அந்தரத்தில் ஊன்றிய ஞாபகம்
அங்கே
காலம் மூன்றல்ல; நான்கு
கடக்க முடியாமல் உறைந்தது
நான்காம் காலம்.

கோட்டை வாசலைக் கடந்து
நீங்கள் நுழைவது
இன்றிலிருந்து நேற்றைக்கு அல்ல;
நாளையை மறந்து வைத்த
நேற்றைய நேற்றைக்கு.

புலனாகாக் கடிகைக்குள்
காலம் சொட்டி விழுவது
டிக் டிக் என்றல்ல;
திக் திக் என்றோ
தொம் தொம் என்றோ தான்.

இரண்டு ஒலிச்சொட்டுகளுக்கு இடையில்
தேருளைப் புரவிகளின் கனைப்போ
வாரணத் தொகுதியின் பிளிறலோ
சவுக்குப் பிய்த்த சதையின் அலறலோ
கபந்த நர்த்தன ஜதியோ
அரியணை கவிழும் பேரொலியோ
முறிக்கப்பட்ட காதலின் கேவலோ
எதிரொலிப்பதை நீங்கள் கேட்கக் கூடும்.

கோட்டைக்குள் புகுந்ததும்
உங்களுக்கு நீங்களே அந்நியராகிறீர்கள்
அதற்கு முன்பிருந்த உங்களை
பிறவிப் பிழையாக நீங்களே உணர்கிறீர்கள்
உங்கள் உதிரத்தில்
கோட்டை அதிபதியின் அணு உண்டா என்று
சுயபரிசோதனை செய்கிறீர்கள்

சக சுற்றுலாப் பயணிகளை
அத்துமீறி வந்தவர்களாகக் கண்காணிக்கிறீர்கள்
அவர்கள் கேள்விகளுக்கு
ஆணவக் குரலில் பதில் சொல்கிறீர்கள்
கோட்டையின் இண்டு இடுக்குகளில் உலாவி
பூர்வ ஜென்மப் பூரிப்புடன் பெருமூச்சு விடுகிறீர்கள்

'யாரங்கே?' என்று கைகொட்டியழைத்து
சேவகன் சிவிகை தேர் வரக் காத்திருக்கிறீர்கள்
உங்கள் ஆணைக்குப் பணிந்து
ஆகாயத்திலிருந்து இறங்கி வருகிறது இருளின் திரை
கடிகைக்குள் தொம் தொம் என்று சொட்டி விழுகிறது காலம்

கோட்டை வாசலைத் தாண்டி வெளியேறும்போது
போன நீங்கள்தானா திரும்பும் நீங்கள்?

## தீராக் கடன்

சிணுங்கிக் கூம்பியிருந்த
சொற்ப காலத்துக்குப் பிறகு
முகம்நோக்கி முகம் இழுத்து
என் தாப உதடுகளில்
ஈரமாய்ப் பதிந்த உன் இதழ்ச் சுவைக்கு
எந்த இனிப்புக்குமில்லாத மகாருசி

விலகலுக்குப் பின்பு
நெருங்கிய பரவசப் பொழுதில்
இறுக்கியணைத்த உன் கைகளின்
இதமான தீண்டலுக்கு
எல்லா வலியையும் நீக்கும் ஆறுதல்

ஊடற்பனி உருகிக் கரைந்தோடிய நாளில்
முயக்கத்தில் மூடிய உன் விழிகள்
உச்ச கணத்தில் திறந்ததும் வழிந்த
அமிர்ததாரைக்கு
எல்லாப் பசியையும் தீர்க்கும் காருண்யம்

உன்னிடம் பெற்றுத் திளைத்த இனிமையை
உயிர்ப்பின் தீண்டலை, மாளாக் கருணையை
உனக்குத் திருப்பியளிப்பது எங்ஙனம்?

## என்றார் பார்க்*

பார்வைக்குப் புலப்படாத பாடகனின்
பாட்டொலிபோல
வெளிச்சம் மலையிறங்கும் குளிர் மாலை
வான்ஸூ கிராமத்தின்
ஆள் நடமாட்டமில்லாத் தெருவில் நடக்கிறோம்
பார்க்கும் நானும்

பைன் மரங்களுக்கிடையிலிருந்து வந்தது
முதல் குரைப்பு
'கம்சாம்னிதா'** என்றார் பார்க்

மூடிய பணிமனைக்குள்ளிருந்து வந்தது
இரண்டாவது குரைப்பு
'மிக்க நன்றி' என்றேன் நான்

முன்னதும் பின்னதும் ஏற்றுக்கொண்டு
இரட்டையாகக் குரைத்தன.

'கொரியனில் சொன்னாலும்
தமிழில் சொன்னாலும்
எப்படிப் புரிந்து கொள்கின்றன?'
என்றேன்

'குரைப்பின் ஒலிபெயர்ப்புத்தானே
உன் மொழியும்
என் மொழியும்' என்றார் பார்க்.

---

* பிரியென் பார்க் – நண்பர், கலாச்சாரச் செயல்பாட்டாளர்

** கொரியச் சொல், பொருள் – நன்றி

## கணக்குத் தீர்த்தல்

ஆம், நல்லது
நாம் பிரிவது.

விலகிப் பிரியும் முன்பு
பழைய கணக்குகளைப் பைசல் செய்வதும் நல்லதே,
இல்லையா?

நமக்குள் பொதுவானவற்றில்
உன்னுடையதை நீயும்
என்னுடையதை நானும்
பங்குபோட்டுத் திரும்ப எடுத்துக் கொள்ளலாம்

கோடானுகோடி முறை நேர்ந்த
வளி இடைப் புகாத் தழுவல்களில்
நீயாகப் படர்ந்த அணைப்புகளை நீயும்
நானாகப் பின்னிக் கொண்ட இறுக்கங்களை நானும்
உதறி விடுவித்துக் கொள்வோம்

லட்சோபலட்சம் தடவை
மோகப் பெருமயக்கில் பகிர்ந்த முத்தங்களில்
உன் எச்சில் படிந்தவற்றை நீயும்
என் உமிழ்நீர் ஊறியவற்றை நானும்
கழுவி விழுங்கிக் கொள்வோம்

பல்லாயிரம் பொழுதில்
ஈருடலற்று மூன்றாம் உடலான தருணங்களில்
நீ திளைத்த நொடிகளை நீயும்
நான் கரைந்த நாழிகைகளை நானும்
பொறுக்கி எடுத்து உறையச் செய்வோம்

நூறு நூறாய் விரிந்த
கனா ஞாபகங்களிலும் நினைவுக் கனாக்களிலும்
உன் நினைவுகளை நீயும்
என் கனாக்களை நானும்
இழைபிரித்து அடுக்கிக் கொள்வோம்

நாம் ஏன்
பரவசத் திகைப்பில் ஆழ்ந்திருக்கிறோம்?

உன் அணைப்புகளில் நான் மட்டுமல்ல நீயும்
உன் அதரச்சுனையில் ஊறியது நீ மட்டுமல்ல நானும்
என் கரைதலில் திளைத்தது நான் மட்டுமல்ல நீயும்
என் கனாக்களில் விரிந்தது நீ மட்டுமல்ல நானும்

தீராதது இந்தப் பழைய கணக்கு
இதை ஒதுக்கி வைத்துவிட்டு தொடங்குவோம்
முதலிலிருந்து.

## ஆன்ம விசாரம்

சீடன் கேட்டான்:
      உடலை விட்டு ஆன்மா
      எப்படிப் பிரிகிறது குருவே?

ஆயகலைகள் அனைத்தும் தேர்ந்த குரு
அலுப்புடன் முனகினார்

      அநாதி காலத்துக் கேள்வியை
      அவ்வப்போது யாரோ
      சுமந்து வந்து விடுகிறார்கள்.

நான்கு யுகங்களையும்
நொடியில் கடந்து வந்த
பதிலைச் சொன்னார்:

      பிருஷ்ட சந்தியிலிருந்து
      அபான வாயு
      எப்படிப் பிரிகிறதோ அப்படி.

## என்ன தடை

அடிவயிற்றில் வடவைத்தீ மூண்ட யாசகன்போல்
கை நழுவிய கனவை மீட்க இறைஞ்சும் காதலன்போல்
அறம்பிறழ் முற்றத்தில் அலறிப் புலம்பும் நிரபராதிபோல்
தாளாது மருத்துவரே கொன்று தாரும் என மன்றாடும்
 பிணியாளன்போல்
இருந்தென்ன செய்ய, அழையாயோ காலமே எனச்
 சுயமிரங்கும் முதியவன்போல்
ஆன மட்டும்
தொண்டைகிழியக் கதறுகிறேனே,
'மண்ணரசில் அன்பு தழைக்கட்டும்' என்று முனகக் கூட
என்னதான் தடை உங்களுக்கு?

# திரௌபதி

மேடையில்
திரௌபதி வஸ்திராபகரணக் கூத்து
நடந்து கொண்டிருக்கிறது
சபைக்கு வரக்கோரும் சேவகனிடம்
திரௌபதி
சீறிச் சினந்து கொண்டிருக்கிறாள்

கூத்து மேடைக்கு இப்பால்
டீக்கடைப் பெஞ்சில்
அடுத்த காட்சியில் நுழையும் முஸ்தீபில்
பீமனும் துச்சாதனனும்
ஊதி ஊதி அவசரமாய்த்
தேநீர் குடித்துக் கொண்டிருக்கிறார்கள்

இருவருக்குமிடையில் கிடக்கும்
கதாயுதங்கள்
பகைக் காற்றில் உருண்டு உருண்டு
ஆக்ரோஷத்துடன் மோதிக் கொண்டிருக்கின்றன.

ஆயுதங்கள்
முட்டுவதையும் விலகுவதையும்
மீண்டும் நெருங்கி மோதுவதையும் பிரிவதையும்
பங்காளிகள்
வன்மத்துடன் பார்த்துக் கொண்டிருக்கிறார்கள்

அவர்கள் கைகளில் ஏந்தியிருக்கும்
இருநூறு மி.லி.க் கண்ணாடித் தம்ளர்
வற்றாமல் தேநீர் சுரக்கும் அட்சய கலசமாகட்டும் என்றும்

அவர்கள் குடிக்கும் தேநீர்
கொஞ்சமும் சூடு தணியாமலே இருக்கட்டும் என்றும்
பிரார்த்தனை செய்துகொண்டிருக்கிறேன்,
திரௌபதீ பதற்றத்துடன்.

# கேள்விகள்

### 1

தொட்டதும் சிணுங்கி
மூடிக் கொண்ட இலைகள்
மறுபடியும் திறக்க
ஏன் இத்தனை யுகங்கள் ஆகின்றன?

### 2

விலகித் தொலைவிலிருக்கும்போது
ஒற்றை மிழற்றலாகக் கேட்கும்
நதியின் சங்கீதம்
கால் அளையும் தருணத்தில்
பல சுருதி
பல சுரங்களாய் ஒலிப்பது எப்படி?

### 3

சரிந்தே சுழலுவதால்
பூமியின் அச்சுத் தண்டு எழுப்பும்
(நிசப்த நள்ளிரவுகளில் கேட்கும்)
செவி துளைக்கும் ஈனப்புலம்பல்
எத்தனை சொட்டு எண்ணெய் விட்டால் அடங்கும்?

## ஒட்டாஞ்சில்லு

மாலைச் சூரியனுக்கு முதுகு காட்டியபடி
ஒரு பெரியவர் வந்து கொண்டிருக்கிறார்

அவருக்கு முன்னால் விழும் நிழல்
அவரை விட நீளமாக இருக்கிறது
நிழலின் முதுகு
அவர் முதுகைவிட வளைந்திருக்கிறது

பெரியவர் எதையோ சுமந்து கொண்டிருக்கிறார்
சுமந்துவந்த மாயச் சுமையை
இல்லாத சுமைதாங்கிமேல் வைக்கிறார்
பாரம்பொறாமல் கல் வளைகிறது

முன்னொரு காலத்தில் பெய்த மழையை
இப்போது உள்ளங்கையில் ஏந்தி
முகங்கழுவிக் கொள்கிறார்
காற்றில் நீர்உலரும் குளிரால்
பெரியவர் சிலிர்ப்புடன் புன்னகைக்கிறார்.

நடந்துவந்த தூரத்தைக் காலுதறி ஒதுக்குகிறார்
காலில் இடறுகிறது ஒரு ஒட்டாஞ்சில்
நொண்டிக்கரத்துக்குள் நின்று குழந்தைகள் விட்டுப்போன
ஒட்டாஞ்சில்லை எடுக்கிறார்
விரல்களில் பிஞ்சு முத்தங்களின் எச்சில் பிசுபிசுக்கிறது.

பெரியவர் கரத்தைவிட்டு வெளியேறுகிறார்
முதல் கட்டத்துக்கு வெளியில் நிற்கிறார்
என்றோ மறந்த வார்த்தையை நினைவில் மீட்டு
ஒட்டாஞ்சில்லை முத்தி வீசுகிறார்
ஆறாம் கட்டத்தில் விழுந்த சில்லை எடுக்க
நொண்டி நடந்து கட்டங்களைத் தாண்டுகிறார்.
சில்லை எடுத்துத் தாவித் திரும்புகிறார்
யாரும் பார்த்து விடாமல் கைதூக்கிச் சிரிக்கிறார்.

திரும்பி நிமிர்ந்து நடக்கிறார்
அவர் நிழலும் நிமிர்ந்து உடன் நடக்கிறது
வளைந்த சுமைதாங்கிக் கல் நிமிர்கிறது
நடந்துபோகும் பெரியவர் தலைமேல்
குஷியாக உட்கார்ந்து போகிறது
அந்திச் சூரியன்.

## தேவி மகாத்மியம்

தெய்வமானாலும் பெண் என்பதால்
செங்ஙன்னூர் பகவதி
எல்லா மாதமும் தீண்டாரி ஆகிறாள்

ஈரேழு உலகங்களையும் அடக்கும்
அவள் அடிவயிறு
வலியால் ஒடுங்குகிறது; கனன்று எரிகிறது

விடாய்த் தினங்களில் விடும் பெருமூச்சு
யுகங்களாக வேரூன்றிய
விருட்சங்களை உலுக்குகிறது.

தொடை பிளக்கும் வேதனையில்
அவள் எழுப்பும் தீனக்குரலில்
திசைகள் எட்டும் அதிர்கின்றன

எரிமலைக் குழம்புபோலப் பொங்கி
யோனியிலிருந்து வழியும் குருதித் தாரையில்
நதிகள் சிவந்து புரள்கின்றன.

விலக்கப்பட்ட உதிரத்தை ஒற்றிய வெண்பட்டு
புனிதச் செம்பட்டாகிறது
அண்டமெங்கும் தெறித்த செந்நீர்த் துளிகள்
உலர்ந்து குங்குமமாகின்றன

எந்தத் தேவி இந்தப் பூமியைப் புரக்கிறாளோ அவளே
ஆற்றல் என்று
விண் முழங்குகிறது.
மண் எதிரொலிக்கிறது.

செங்ஙன்னூர் பகவதி தேவியானது
தெய்வம் என்பதால் அல்ல
பெண்ணாக இருந்ததால்.

(மனுஷ்யபுத்திரனுக்கு)

## நீலாம்பிகையின் இரவுப் பயம்

தன்னைச் சிலிர்ப்பூட்டிய
தன் கண்ணாடிப் புன்னகையிடம்
நீலாம்பிகை சொன்னாள்:

இன்றைப்போல
எல்லா நாளும் இருந்தால்
எவ்வளவு நல்லது.

வீட்டுக்குத் திருப்பியனுப்பும் பேருந்து
வியர்வையின் வெயில் மணம் குறைந்து
பல்லக்காக ஊர்ந்து வந்தது

வழக்கமான நிறுத்தம் தெரிந்திருந்தும்
பயணச்சீட்டு வாங்க அவசரப்படுத்தும்
சிடுமூஞ்சி நடத்துநர்
எதுவும் பேசாமல் சீட்டைக் கொடுத்து நகர்ந்தார்

புறமுதுகு பேசும் சக ஊழியை
பேச்சுக்கிடையில்
பரிவு அழுந்தக் கையுடன் கைகோர்த்தாள்

மூல உபாதையின் உபத்திரவத்தை
ஊழியர் முகத்தில் சிந்தும் மேலாளர்
பூப்போலச் சிரித்தார்

உப்போ உறைப்போ
கூடவோ குறையவோ இல்லாமல்
பகலுணவு
அமிர்தமாய் ருசித்தது.

டீக்கடைத் தேநீரில் அபூர்வமாக
வேப்பிலை வாடை இல்லாமல் இருந்தது

சமையலறைப் பொருட்கள் இடம் மாறாமல்
சமர்த்தாக ஒத்துழைத்தன

அடம்பிடித்துத்
தன் கூந்தலைப் பிய்க்கவைக்கும் குழந்தை
தானாகப் பள்ளிக்குத் தயார் ஆனான்

ஒருக்களித்த ஜன்னல் கதவு வழி
வீட்டுக்குள் எட்டிப் பார்த்த குருவி
காலை வணக்கத்தை மிழற்றியது.

நேற்றைய
அடைத்த கோட்டையைப் பிளக்கும்
மதயானை மோதலன்றி
இன்றாவது
புறவிதழ் விலக்கி வாழைப்பூவைத் தேடும் மென்செயலாக
உடலைத் திறக்க அனுமதி கேட்பான் எனில்...

## யோசனை, ஒருவேளை . . .

ஓயாமல் சுழலும் பூமி
ஒரு பட்டினிச் சாவுக்காக
ஒருமுறையேனும் குலுங்கும் என்றும்
இளைப்பாறும் மலைகள்
ஒரு யோனி கிழிபடும்போது
ஒருமுறையேனும் நடுங்கும் என்றும்
காலத்தைச் சுமந்து ஓடும் நதி
ஒரு சிசுவின் விக்கலுக்காக
ஒருமுறையேனும் வழிமாறும் என்றும்
தனக்குள் தியானித்திருக்கும் நிலம்
ஒரு கூட்டம் அழிக்கப்படும் போது
ஒருமுறையேனும் வெடித்துப் பிளக்கும் என்றும்
தலையுயர்த்தி நடப்பவர் எல்லாம்
அண்டை வீட்டானின் அறுபட்ட சிரம்
தண்டவாளச் சரிவில் மலங்கப் பார்க்கும்போது
ஒருமுறையேனும் தலைகவிழ்வார் என்றும்

ஒருவேளை நான்தான்
தப்புத் தப்பாக யோசிக்கிறேனோ?

## நிலைமயக்கம்

நண்பர்களாக இருக்கிறோம் என்பதால்
நாம் நண்பர்கள் அல்லர்
நட்பு இருப்பதால்
'நாம் நண்பர்கள்

காதலர்களாக இருக்கிறோம் என்பதால்
நாம் காதலர்கள் அல்லர்
காதல் இருப்பதால்
நாம் காதலர்கள்

உறவினர்களாக இருக்கிறோம் என்பதால்
நாம் உறவினர்கள் அல்லர்
உறவு இருப்பதால்
நாம் உறவினர்கள்

நட்பும் காதலும் உறவும்
நம்மிடம் இருக்கின்றனவா?
அல்லது
நாம்
நண்பர்கள், காதலர்கள், உறவினர்கள் மட்டுந்தானா?

(நிக்கி கியோவன்னியின் கவிதையொன்றின் தூண்டுதலில்)

## வான்கோவின் தூரிகைப் பலகை

வான்கோவின் தூரிகைப் பலகையில்
வெளிச்சத்தின் எல்லா நிறங்களும் இருக்கின்றன
இருட்டின் வண்ணங்களும்

சுரங்கத்தின் கருமணல் நிறம்
அவன் காலடிச்சுவடுகளைப் பின்தொடர்கிறது
உருளைக்கிழங்கின் பழுப்பு
பசியில் முணுமுணுக்கிறது
வாதுமைப் பூக்களின் வெளிர் சிவப்பு
காதலில் சிலிர்க்கிறது
வயல்களின் பசுமையில்
கனிவு படர்கிறது
நட்சத்திர வெள்ளியில்
தடுமாற்றங்கள் இமைக்கின்றன
அலைகளின் நீலத்தில்
விசும்பல்கள் ததும்புகின்றன
சூரியகாந்தி மஞ்சளில்
அவன் பித்தம் வழிகிறது

வான்கோ தனது வண்ணங்களை
தண்ணீரில் கரைக்கிறான்
அவை நீர்த்துப் போகின்றன
வியர்வையில் குழைக்கிறான்
உலர்ந்து போகின்றன
கண்ணீரில் நனைக்கிறான்
காய்ந்து போகின்றன
படுபாவி,
உயிர் துளைத்த தோட்டா
ஊற்றாகப் பெருகவிட்ட
குருதியில் ஊறவிட்டான்
அவை யுகம் கடந்து மிளிர்கின்றன

வான்கோவின் தூரிகைப் பலகையில்
இருட்டின் எல்லா வண்ணங்களும் இருக்கின்றன
ஒளியின் எல்லா நிறங்களும்.

## எனவே நானும்

என்னுடைய நினைவேந்தல் கூட்டத்துக்கு
எவரெல்லாம் வருவார்களென்று
எதிர்பார்த்திருந்தேனோ
அவர்களில் ஒருவரும் வரவேயில்லை
எல்லாருக்கும் பாவம்,
ஏதேதோ தலைபோகும் அவசரங்கள்
எனக்கும்தான்
எனவே நானும் போகவில்லை.

(நகுலனிடம் கடப்பாடு)

## (மக்தலேனா) மரியாளின் சுவிசேஷம்

என்னைப் பற்றிப் பிடித்துக் கொள்ளாதே; நான் இன்னும் என் பிதாவின் இடத்திற்கு ஏறிப் போகவில்லை.

யோவான் 20:17

ஏன் என்னை விலக்குகிறீர், ரபூனி?
ஏன் உம்மைத் தொடக் கூடாது என்கிறீர்?
உம் சீடர்களைப் பார்க்கிலும்
வார்த்தையைத் தொடரும் அர்த்தம்போல
உம்மைப் பின்தொடர்ந்தவள் நானல்லவா?

என் பிரியரே,
மரியாள் நான் ஒருத்திமட்டுமே அல்லள்.
உமது வெளிச்சத்தைப் பகிரங்கமாக்கிய நிழலான
ஒவ்வொரு பெண்ணும் மரியாள்தானே?
மகதலேன் எனது மட்டுமான ஊர் அல்ல
உமது பாதத்தின் வியர்வையில் ஒட்டிய
ஒவ்வொரு ஊரும் மக்தலேன்தானே?

போதகரே,
உம் சீடரைப் பார்க்கிலும்
எங்களிடமே நீர் பிரியங் கொண்டீர்
உம் சீடரைப் பார்க்கிலும்
நாங்களே உம்மிடம் நேசம் கொண்டிருந்தோம்

எனினும்
என்னை ஏன் தள்ளிவைக்கிறீர், ரபூனி?
உம்மை ஏன் பற்றக் கூடாது என்கிறீர்?

திராட்சை ரசம் மணக்கும்
உமது அதரங்களால்
நீர் முத்தமிட்டது என்னைத்தானே?
அப்போது
உம் சீடரின் கள்ள முத்தத்தில் நாறிய
புளித்த காடியை உணர்ந்தீரா?

சீமோன் மாளிகை விருந்தில்
உமது பாதங்களைக் கண்ணீரால் கழுவிக்
கூந்தலால் துடைத்து உதடுகளால் உலர்த்திப்
பரிமளத்தைலம் பூசினேனே,

அப்போது
உமது பாதங்களில் துளைத்த ஆணியின்
காரிரும்பு மணத்தை முகர்ந்தீரா?

அன்பரே,
கற்களை ஓங்கிய கைகளின் மத்தியில்
நடுங்கி நின்றவள் நானே
பாவமற்ற கரம் எறியட்டும் என்று
என்னை மீட்டவர் நீர் – அப்போது
நிலத்தில் நீர் எழுதியது என் பெயரல்லவா?
அப்போது
இலக்கு நானல்ல; நீரே என்று
அறியாமலா இருந்தீர்?

உம் மீது விழுந்த கசையடியில்
துடிதுடித்தவளும்
உம் சிரசிலிருந்து பெருகிய
ரத்த வியர்வையை ஒற்றியவளும்
உமது கடைசிக் கண்ணீர்த் துளியைக்
கையிலேந்தியவளும் நானல்லவா?
அப்போது
உயிரின் ஆரம்பம் பெண்ணின் சரீரம் என்று
உச்சாடனம் செய்யவில்லையா நீர்?

பின்பு ஏன்
உயிர்த்தெழுந்ததும் மாறிப் போனீர்?

ரபூனி,
நான் பற்றிப் பிடித்துக் கொண்டால்
பிதாவிடம் ஏறமுடியாது எனில்
நான்
நாங்கள்
மரியாள்கள்
விலக்கப்பட்ட கனிகளா?

போதகரே,
மரியாள்கள் தொடாத நீர்
வயற்புலத்தின் விதையல்ல
பாறைமேல் சிதறிய தானியம்.

# தொகுப்புகளில் இடம்பெறாதவை

## நாள்

கொட்டாவி சொடுக்கித் திரும்பிப் பார்க்கையில்
விரலை மடித்துக்
கொக்காணி காட்டுது
போன இரவின் பாதிக் கனவு

## இளைப்பாறுதல்

என்னைப் பின்தொடர்ந்த
சுவடுகளை அழித்தேன்
சொற்களைக் கூட்டில் அடைத்தேன்
ஒளிவருகவென்று திசைகளை அகற்றினேன்
காற்றை இடற எதுவுமற்ற வெளியில்
இனி இளைப்பாறலாம்

இன்னொருவன் நிழல் விழுந்து
என்
துயில் கலையும்வரை

## நியதி

பிரபஞ்சமில்லாமல்
கரப்பான் பூச்சியில்லை
கரப்பானில்லாத பிரபஞ்சம்
பிரபஞ்சமுமில்லை.

இரண்டாம் பதிப்பில்லை
எனினும்
ஒரே வாழ்க்கையில் எத்தனை பிழைகள்?

## நடை – 2

சங்கிலியை அறுத்துக் கொண்டு
என் கட்டளைக்குப் பணியாமல்
தன்போக்கில் போகிறது
திரிந்து அலைக்கழிந்து மீண்டும் வந்து
சருமத்தில் ஒட்டியதை
வாயால் கவ்வியதை
உயிரில் படிந்ததை
கால்களில் அப்பியதை
என் முன்னால் பணிவுடன் சமர்ப்பிக்கிறது
நான் அதைச் சீர்படுத்தி வைக்கிறேன்

நீங்கள் கவிதை வாசிக்கிறீர்கள்.

சாவா மருந்தை
வேண்டாமென்று விலக்கிய பின்பு
பத்தியம் பார்ப்பதேன்
மட நெஞ்சே?